ภาษาญี่ปุ่นชั้นต้น 1

日本語初級 ❶

だいち
大地

ฉบับภาษาไทย

ตำราฉบับแปลและอธิบายไวยากรณ์

文型説明と翻訳〈タイ語版〉

山崎佳子・石井怜子・佐々木 薫・高橋美和子・町田恵子

スリーエーネットワーク

©2025 by 3A Corporation

All rights reserved. No part of this publication may be reproduced, stored in a retrieval system, or transmitted in any form or by any means, electronic, mechanical, photocopying, recording, or otherwise, without the prior written permission of the Publisher.

Published by 3A Corporation.
Trusty Kojimachi Bldg., 2F, 4, Kojimachi 3-chome, Chiyoda-ku, Tokyo 102-0083, Japan

ISBN978-4-88319-954-9 C0081

First published 2025
Printed in Japan

ถึงผู้ใช้ตำราเล่มนี้

ตำราเล่มนี้เป็นตำราเรียนเสริมสำหรับใช้ร่วมกับ "ภาษาญี่ปุ่นชั้นต้น 1 大地 ตำราหลัก" ประกอบ
ด้วยคำแปลบทสนทนาและคำศัพท์แต่ละบท คำอธิบายไวยากรณ์ รวมถึงคำศัพท์และข้อมูลทาง
วัฒนธรรม ขอให้ใช้ศึกษาคู่กับตำราหลัก

โครงสร้างตำรา :

1. ถึงผู้ใช้ตำราเล่มนี้
2. สารบัญ
3. อักษรย่อที่ใช้ในเล่ม
4. ลักษณะเฉพาะของภาษาญี่ปุ่น
5. แนะนำตัวละคร
6. เนื้อหาแต่ละบท

โครงสร้างเนื้อหาแต่ละบท :

บทสนทนา : คำแปลบทสนทนาแต่ละบท

คำศัพท์ : แนะนำคำศัพท์ใหม่เรียงลำดับตามหน้าที่ของคำ ได้แก่ คำนาม คำกริยา คำคุณศัพท์
คำนามเฉพาะ ฯลฯ ต่อด้วยคำศัพท์จากภาพประกอบ หัวตาราง และหัวข้อ ส่วน
เครื่องหมาย ✽ หมายถึงคำศัพท์หรือสำนวนที่เกี่ยวข้องกับคำศัพท์ที่เรียนไปแล้ว

ไวยากรณ์ : คำอธิบายไวยากรณ์ในแต่ละบท ช่วยให้ผู้เรียนเข้าใจไวยากรณ์ใหม่ ๆ เพื่อเตรียม
หรือทบทวนบทเรียน

คำศัพท์และข้อมูลทางวัฒนธรรม :
แนะนำคำศัพท์และข้อมูลทางวัฒนธรรมที่เกี่ยวข้องกับบทเรียน ช่วยเพิ่มพูน
ความรู้ความเข้าใจของผู้เรียนเกี่ยวกับเรื่องนั้น ๆ ให้ลึกซึ้งมากยิ่งขึ้น

สารบัญ

ถึงผู้ใช้ตำราเล่มนี้ 3
อักษรย่อที่ใช้ในเล่ม 8
ลักษณะเฉพาะของภาษาญี่ปุ่น 9
แนะนำตัวละคร 10
はじめましょう 13

1 ผม หลินไท่ ครับ 16
ไวยากรณ์
ประโยคที่ภาคแสดงเป็นคำนาม 1 : ประโยคบอกเล่าและประโยคปฏิเสธที่ไม่ใช่อดีต (ปัจจุบัน, อนาคต)
N1 は N2 です, N じゃ ありません, S か
คำศัพท์และข้อมูลทางวัฒนธรรม : อาชีพและงานอดิเรก

2 นั่นคือซีดีอะไร 23
ไวยากรณ์
คำสรรพนามบ่งชี้ (นิยมสรรพนาม) 1 : これ, それ และ あれ
これ／それ／あれ, この N／その N／あの N
คำศัพท์และข้อมูลทางวัฒนธรรม : รายการอาหาร

3 ที่นี่คือมหาวิทยาลัยยูริ 29
ไวยากรณ์
คำสรรพนามบ่งชี้ (นิยมสรรพนาม) 2 : ここ, そこ และ あそこ
ここ／そこ／あそこ, N1 は N2 (สถานที่) です
คำศัพท์และข้อมูลทางวัฒนธรรม : แผนที่มหาวิทยาลัย

4 วันพรุ่งนี้จะทำอะไร 35
ไวยากรณ์
ประโยคที่ภาคแสดงเป็นคำกริยา 1 : ประโยคบอกเล่าและประโยคปฏิเสธที่ไม่ใช่อดีต (ปัจจุบัน, อนาคต)
N を V ます, V ません, N (สถานที่) で V ます
คำศัพท์และข้อมูลทางวัฒนธรรม : อาหาร

5 ที่ซิดนีย์ ตอนนี้เป็นเวลากี่โมง 41
ไวยากรณ์
ประโยคที่ภาคแสดงเป็นคำกริยา 2 : ประโยคบอกเล่าและประโยคปฏิเสธที่เป็นอดีต
สำนวนเกี่ยวกับการบอกเวลา
V ました, V ませんでした, —時(じ)—分(ふん/ぷん), N (เวลา) に V ます
คำศัพท์และข้อมูลทางวัฒนธรรม : ศิลปะการต่อสู้

4

6 จะไปเกียวโต ──────────────────────── 48
ไวยากรณ์
ประโยคที่ภาคแสดงเป็นคำกริยา 3 : 行きます／来ます／帰ります
　　N (สถานที่) へ 行きます／来ます／帰ります,
　　N (เวลา) に 行きます／来ます／帰ります,
　　N (พาหนะ/วิธีการเดินทาง) で 行きます／来ます／帰ります
คำศัพท์และข้อมูลทางวัฒนธรรม : วันหยุดนักขัตฤกษ์ของญี่ปุ่น

まとめ 1 ──────────────────────── 56

7 รูปถ่ายสวยจังเลยนะ ──────────────────── 57
ไวยากรณ์
ประโยคที่ภาคแสดงเป็นคำคุณศัพท์ 1 : ประโยคบอกเล่าและประโยคปฏิเสธที่ไม่ใช่อดีต
(ปัจจุบัน, อนาคต)
　　N は いA／なA です, N は いA くないです／なA じゃ ありません
คำศัพท์และข้อมูลทางวัฒนธรรม : มรดกโลก

8 ภูเขาฟูจิอยู่ตรงไหน ───────────────────── 64
ไวยากรณ์
การแสดงการมีอยู่
　　N1 (สถานที่) に N2 が あります／います,
　　N1 は N2 (สถานที่) に います／あります
คำศัพท์และข้อมูลทางวัฒนธรรม : ธรรมชาติ

9 ชอบกีฬาประเภทไหน ─────────────────── 70
ไวยากรณ์
ประโยคที่คำช่วย が ทำหน้าที่ชี้กรรม
　　N が 好きです／嫌いです／上手です／下手です,
　　N が 分かります, S1 から、S2
คำศัพท์และข้อมูลทางวัฒนธรรม : กีฬา ภาพยนตร์ และดนตรี

10 ฉันเรียนวิธีชงชาจากคุณวาตานาเบะ ─────────── 77
ไวยากรณ์
ประโยคที่ภาคแสดงเป็นคำกริยา 4 : คำกริยาที่มีกรรมรอง ＋ に
　　N1 (บุคคล) に N2 (บางสิ่งบางอย่าง) を V
คำศัพท์และข้อมูลทางวัฒนธรรม : การแสดงความยินดี เงินปีใหม่ และการไปเยี่ยมคนป่วย

11 โตเกียวกับโซล ที่ไหนหนาวกว่ากัน ──────────── 83
ไวยากรณ์
การเปรียบเทียบ
　　N1 は N2 が A, N1 は N2 より A,
　　N1 と N2 と どちらが Aか, N1 で N2 が いちばん A
คำศัพท์และข้อมูลทางวัฒนธรรม : อวกาศ

12 ไปเที่ยวเป็นอย่างไรบ้าง ──────────── 89
ไวยากรณ์
ประโยคที่ภาคแสดงเป็นคำคุณศัพท์และคำนาม 2 : ประโยคบอกเล่าและประโยคปฏิเสธที่
เป็นอดีต
　いＡかったです／なＡでした／Ｎでした,
　いＡくなかったです／なＡじゃ ありませんでした／Ｎじゃ ありませんでした
คำศัพท์และข้อมูลทางวัฒนธรรม : เทศกาลและงานประเพณีใน 1 ปี

まとめ 2 ──────────── 95

13 อยากกินอะไรสักอย่างนะ ──────────── 96
ไวยากรณ์
รูป ます
　Ｎが 欲しいです, Ｎを Ｖたいです,
　Ｎ1 (สถานที่) へ　Ｖます／Ｎ2 に　行きます／来ます／帰ります
คำศัพท์และข้อมูลทางวัฒนธรรม : การศึกษา

14 งานอดิเรกของผมคือฟังเพลง ──────────── 103
ไวยากรณ์
กลุ่มคำกริยา
รูปพจนานุกรม
บทสนทนารูปธรรมดา 1
　わたしの　趣味は　Ｖ dic. こと／Ｎです, Ｖ dic. こと／Ｎが できます,
　Ｖ1 dic. ／Ｎの まえに, Ｖ2
คำศัพท์และข้อมูลทางวัฒนธรรม : ร้านสะดวกซื้อ

15 ตอนนี้มีคนอื่นใช้อยู่ ──────────── 110
ไวยากรณ์
รูป て 1
บทสนทนารูปธรรมดา 2
　Ｖ て ください, Ｖ て います
คำศัพท์และข้อมูลทางวัฒนธรรม : ห้องครัว

16 ขอจับดูหน่อยได้ไหม ──────────── 117
ไวยากรณ์
รูป て 2
　Ｖ ても いいです, Ｖ ては いけません, Ｖ1 て, (Ｖ2 て,) Ｖ3
คำศัพท์และข้อมูลทางวัฒนธรรม : สถานีรถไฟ

17 อย่าหักโหมจนเกินไป ──────────── 123
ไวยากรณ์
รูป ない
รูป て 3

บทสนทนารูปธรรมดา 3

　V ないで ください, V なくても いいです, V1 てから、V2

คำศัพท์และข้อมูลทางวัฒนธรรม : คอมพิวเตอร์และอีเมล

18　ไม่เคยดูซูโม่มาก่อน ⸻⸻⸻⸻⸻⸻⸻⸻ 129
ไวยากรณ์

รูป た

บทสนทนารูปธรรมดา 4

　V た ことが あります, V1 たり、V2 たり します, V1 た／N の あとで、V2

คำศัพท์และข้อมูลทางวัฒนธรรม : จังหวัดต่าง ๆ ของญี่ปุ่น

まとめ 3 ⸻⸻⸻⸻⸻⸻⸻⸻⸻⸻⸻⸻⸻⸻ 135

19　คิดว่าสถานีรถไฟสว่างและสะอาด ⸻⸻⸻⸻ 136
ไวยากรณ์

รูปธรรมดา

บทสนทนารูปธรรมดา 5

　รูปธรรมดา と 思います, รูปธรรมดา と 言います

คำศัพท์และข้อมูลทางวัฒนธรรม : ร่างกาย การเจ็บป่วย และการบาดเจ็บ

20　นี่เป็นเสื้อยืดที่ได้รับมาจากแฟน ⸻⸻⸻⸻ 143
ไวยากรณ์

การขยายคำนาม

　คำนามที่ถูกขยายด้วยประโยค

คำศัพท์และข้อมูลทางวัฒนธรรม : สี ลวดลาย และวัสดุ

21　ถ้าฝนตก จะยกเลิกทัวร์ ⸻⸻⸻⸻⸻⸻⸻ 149
ไวยากรณ์

ประโยคเงื่อนไข

　S1 たら、S2, V たら、S, S1 ても、S2

คำศัพท์และข้อมูลทางวัฒนธรรม : ยุคสมัยของญี่ปุ่น

22　ช่วยทำอาหารให้ ⸻⸻⸻⸻⸻⸻⸻⸻⸻ 155
ไวยากรณ์

ประโยคที่ภาคแสดงเป็นคำกริยา 5 : คำกริยาให้และรับ

　N1 (บุคคล) に　N2 (บางสิ่งบางอย่าง) を くれる,

　V て くれる, V て もらう, V て あげる

คำศัพท์และข้อมูลทางวัฒนธรรม : ไปรษณียบัตรอวยพรปีใหม่

まとめ 4 ⸻⸻⸻⸻⸻⸻⸻⸻⸻⸻⸻⸻⸻⸻ 161

巻末 ⸻⸻⸻⸻⸻⸻⸻⸻⸻⸻⸻⸻⸻⸻⸻ 162

อักษรย่อที่ใช้ในเล่ม

〔ตัวอย่าง〕

N คำนาม

N (สถานที่)	คำนามเกี่ยวกับสถานที่	〔ここ〕〔こうえん〕
N (บุคคล)	คำนามเกี่ยวกับบุคคล	〔せんせい〕〔おとこの ひと〕
N (ตำแหน่งที่ตั้ง)	คำนามเกี่ยวกับตำแหน่งที่ตั้ง	〔まえ〕〔うえ〕
Nで	รูป て ของประโยคที่ภาคแสดง เป็นคำนาม	〔やすみで〕

V คำกริยา

Vます	คำกริยารูป ます	〔よみます〕
V~~ます~~	รากคำของคำกริยารูป ます	〔よみ〕
Vましょう	V~~ます~~＋ましょう	〔よみましょう〕
Vたい	V~~ます~~＋たい	〔よみたい〕
Vて	คำกริยารูป て	〔よんで〕
Vた	คำกริยารูป た	〔よんだ〕
Vない	คำกริยารูป ない	〔よまない〕
Vないで	รูป て ของคำกริยารูป ない	〔よまないで〕
Vなくても いいです	รากคำของคำกริยารูป ない ＋なくても いいです	〔よまなくても いいです〕
V dic.	คำกริยารูปพจนานุกรม	〔よむ〕

A คำคุณศัพท์

いA	คำคุณศัพท์ い	〔おおきい〕
なA	คำคุณศัพท์ な	〔べんり［な］〕
いAくて	รูป て ของคำคุณศัพท์ い	〔おおきくて〕
なAで	รูป て ของคำคุณศัพท์ な	〔べんりで〕

S ประโยค/อนุประโยค
(ประกอบด้วยภาคประธานและภาคแสดง)

〔わたしは がくせいです。〕
〔いい てんきです〕が、
〔さむいです。〕

* คำที่มีการผันรูปแบบพิเศษในตารางการผัน 〔＊いいです〕

＊ คำศัพท์หรือสำนวนที่เกี่ยวข้องกับคำศัพท์ที่เรียนไปแล้ว 〔あさごはん＊〕

ลักษณะเฉพาะของภาษาญี่ปุ่น

1. ภาษาญี่ปุ่นไม่ระบุเพศชายหรือเพศหญิง และไม่มีรูปนับได้ นับไม่ได้ เอกพจน์ หรือพหูพจน์

2. คำกริยาในภาษาญี่ปุ่นไม่ผันตามบุรุษและพจน์

3. ความสัมพันธ์ของคำในประโยคภาษาญี่ปุ่นบ่งชี้ด้วย "คำช่วย" และคำช่วยยังแสดงความรู้สึก
   ของผู้พูดด้วย

   เช่น   wa (หัวเรื่อง) de (สถานที่ที่เกิดการกระทำ) o (กรรมของคำกริยา) ฯลฯ

   Watashi | wa | uchi | de | eega | o | mimasu.
   (ฉัน)   (บ้าน)   (ภาพยนตร์)   (ดู)

   ฉันดูภาพยนตร์ที่บ้าน

4. ภาคแสดงอยู่ส่วนท้ายของประโยค ซึ่งจะแสดงกาล ทัศนะของผู้พูด (เช่น สั่ง ขอร้อง ขออนุญาต
   ฯลฯ) และระดับความสุภาพ

5. ลำดับคำในประโยคไม่ตายตัว คล้ายกับภาษาอังกฤษ

6. ส่วนขยายอยู่หน้าคำหรือวลีที่ถูกขยายเสมอ

   เช่น   Watashi wa uchi de | omoshiroi eega | o mimasu.
                            (สนุก)   (ภาพยนตร์)

   ฉันดูภาพยนตร์ที่สนุกที่บ้าน

7. นิยมละคำในกรณีที่ความหมายชัดเจนโดยบริบทอยู่แล้ว

8. ระบบการเขียน
   ประโยคภาษาญี่ปุ่นเกิดจากการเขียน ① อักษรฮิรางานะ ② อักษรคาตากานะ ③ คันจิ และ
   ④ อักษรโรมัน รวมกัน

   木村   さんは   コンビニ   で   CD   を   買   いました。
   ③   ①   ②   ①   ④   ①   ③   ①

   คุณคิมุระซื้อซีดีที่ร้านสะดวกซื้อ

แนะนำตัวละคร

นักเรียน

คิม ฮเยจอง
(เกาหลี)

พล ชาติชาย
(ไทย)

ทอม จอร์แดน
(แคนาดา)

มารี สมิท
(ออสเตรเลีย)

หลินไท่
(จีน)

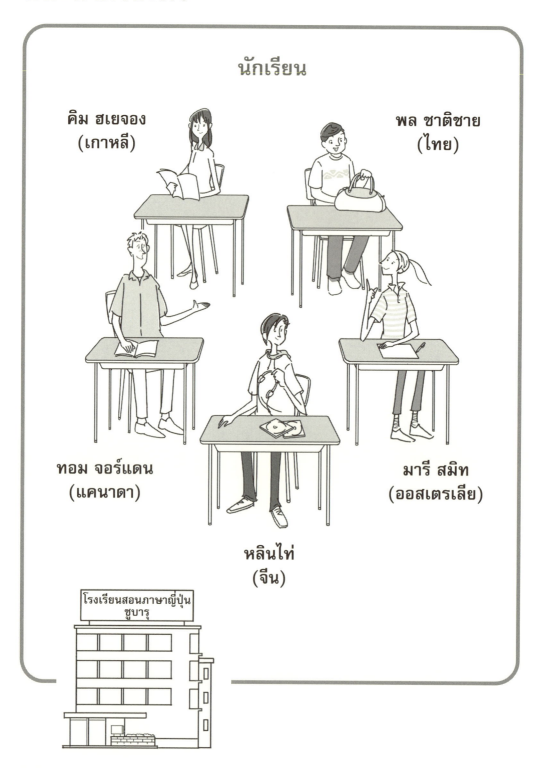

อาจารย์ เจ้าหน้าที่ธุรการ

ซูซูกิ เคียวโกะ (ญี่ปุ่น)   ทานากะ มาซาโอะ (ญี่ปุ่น)

ผู้ดูแลหอพัก

อิวาซากิ อิชิโร (ญี่ปุ่น)

หอพักซูบารุ

คิมุระ ฮารุเอะ (ญี่ปุ่น)

คิมุระ ฮิโรชิ (ญี่ปุ่น)

วาตานาเบะ อากิ (ญี่ปุ่น)

เล ถิ อัญ (เวียดนาม・วิศวกร)

อแลง มาเล่ต์ (ฝรั่งเศส・พนักงานธนาคาร)

โฮเซ การ์โลส (เปรู・พนักงานบริษัท)

はじめましょう

คำศัพท์

1.

おはよう ございます。	สวัสดี (ตอนเช้า), อรุณสวัสดิ์
こんにちは。	สวัสดี (ตอนกลางวัน)
こんばんは。	สวัสดี (ตอนเย็น)
さようなら。	ลาก่อน
ありがとう ございます。	ขอบคุณ (มาก)
すみません。	ขอโทษ
いただきます。	ขอรับประทานละนะ (ใช้พูดก่อนรับประทานหรือดื่ม)
ごちそうさまでした。	ขอบคุณสำหรับอาหาร (ใช้พูดหลังรับประทานหรือดื่มเสร็จ)
しつれいします。　　失礼します。	ขออนุญาต, ขอโทษ (ที่มารบกวน) (ใช้พูดเมื่อจะเข้า-ออกจากบ้านหรือ ห้องของผู้อื่น)

2-1.

ゼロ／れい	ゼロ／零	ศูนย์
いち	一	หนึ่ง
に	二	สอง
さん	三	สาม
よん／し	四	สี่
ご	五	ห้า
ろく	六	หก
なな／しち	七	เจ็ด
はち	八	แปด
きゅう／く	九	เก้า
じゅう	十	สิบ

2-2.

けいさつ	警察	ตำรวจ (ในที่นี้หมายถึง สถานีตำรวจ)

しょうぼうしょ	消防署	สถานีดับเพลิง
がっこう	学校	โรงเรียน
しやくしょ	市役所	สำนักงานเขต
かいしゃ	会社	บริษัท

2-3.

じゅういち	十一	สิบเอ็ด
じゅうに	十二	สิบสอง
じゅうさん	十三	สิบสาม
じゅうよん／ じゅうし	十四	สิบสี่
じゅうご	十五	สิบห้า
じゅうろく	十六	สิบหก
じゅうなな／ じゅうしち	十七	สิบเจ็ด
じゅうはち	十八	สิบแปด
じゅうきゅう／ じゅうく	十九	สิบเก้า
にじゅう	二十	ยี่สิบ
さんじゅう	三十	สามสิบ
よんじゅう	四十	สี่สิบ
ごじゅう	五十	ห้าสิบ
ろくじゅう	六十	หกสิบ
ななじゅう／ しちじゅう	七十	เจ็ดสิบ
はちじゅう	八十	แปดสิบ
きゅうじゅう	九十	เก้าสิบ
ひゃく	百	ร้อย

3-1.

| —じ | —時 | ...โมง, ...นาฬิกา |

14

3-2.

—じ はん	—時半	...โมงครึ่ง
ごぜん	午前	ช่วงเช้า, a.m.
ごご	午後	ช่วงบ่าย, p.m.

3-3.

いま なんじ ですか。	今 何時 ですか。	ตอนนี้เป็นเวลากี่โมง
〜です。		เป็น..., คือ..., ...ครับ/ค่ะ (แสดงความสุภาพที่ผู้พูดมีต่อคู่สนทนา)

4.

はじめましょう。	始めましょう。	เริ่ม (เรียน) กันเถอะ
おわりましょう。	終わりましょう。	เลิก (เรียน) กันเถอะ
やすみましょう。	休みましょう。	หยุดพักกันเถอะ
わかりますか。	分かりますか。	เข้าใจไหม
はい、わかります。	はい、分かります。	ครับ/ค่ะ เข้าใจ
いいえ、わかりません。	いいえ、分かりません。	ไม่ครับ/ค่ะ ไม่เข้าใจ
みて ください。	見て ください。	กรุณาดู
きいて ください。	聞いて ください。	กรุณาฟัง
かいて ください。	書いて ください。	กรุณาเขียน
もう いちど いって ください。	もう 一度 言って ください。	กรุณาพูดอีกครั้ง

なまえ	名前	ชื่อ
しけん	試験	การสอบ
しゅくだい	宿題	การบ้าน
れい	例	ตัวอย่าง
しつもん	質問	คำถาม
こたえ	答え	คำตอบ
—ばん	—番	ลำดับที่..., ข้อที่...
—ページ		หน้า...

5.

にほんごで なんですか。	日本語で 何ですか。	พูดเป็นภาษาญี่ปุ่นว่าอะไร
けいたいでんわ	携帯電話	โทรศัพท์มือถือ

1 ผม หลินไท่ ครับ

บทสนทนา

หลินไท่ : ยินดีที่ได้รู้จัก ผม หลินไท่ ครับ
ขอฝากเนื้อฝากตัวด้วยครับ
มารี สมิท : ฉัน มารี สมิท ขอฝากเนื้อฝากตัวด้วยค่ะ
คุณหลินมาจากประเทศอะไรคะ
หลินไท่ : ประเทศจีนครับ แล้วคุณมารีล่ะครับ
มารี สมิท : ออสเตรเลียค่ะ
หลินไท่ : อย่างนั้นเหรอครับ

คำศัพท์

わたし		ฉัน, ผม, ดิฉัน
がくせい	学生	นักเรียน, นิสิต, นักศึกษา
～じん	～人	ชาว... (คำต่อท้าย ใช้แสดงสัญชาติ)
エンジニア		วิศวกร
～いん	～員	สมาชิก..., พนักงาน...
ぎんこういん	銀行員	พนักงานธนาคาร
かいしゃいん	会社員	พนักงานบริษัท
せんせい	先生	ครู, อาจารย์
けんきゅういん	研究員	นักวิจัย
にほんごがっこう	日本語学校	โรงเรียนสอนภาษาญี่ปุ่น
だいがく	大学	มหาวิทยาลัย
りょう	寮	หอพัก
かんりにん	管理人	ผู้ดูแลหอพัก
（お）なまえ	（お）名前	ชื่อ (ของคุณ)
（お）くに	（お）国	ประเทศ (ของคุณ)
しゅみ	趣味	งานอดิเรก
すいえい	水泳	การว่ายน้ำ
がっこう	学校	โรงเรียน
ともだち	友達	เพื่อน

はい		ใช่, ครับ/ค่ะ
いいえ		ไม่ใช่

～さん		คุณ... (คำต่อท้าย ใช้วางหลังชื่อคน)

そうです。		ใช่แล้ว
はじめまして。	初めまして。	ยินดีที่ได้รู้จัก
どうぞ よろしく 　おねがいします。 （どうぞ よろしく。）	どうぞ よろしく 　お願いします。	ขอฝากเนื้อฝากตัวด้วย

こちらこそ どうぞ よろしく おねがいします。（こちらこそ どうぞ よろしく。）	こちらこそ どうぞ よろしく お願いします。	ทางผม/ดิฉันก็ต้องขอฝากเนื้อฝากตัว เช่นกัน
すみません。		ขอโทษ
おなまえは？	お名前は？	คุณชื่ออะไร
おくには どちらですか。	お国は どちらですか。	คุณมาจากประเทศอะไร
～から きました。	～から 来ました。	ผม/ดิฉันมาจาก...
～は？		แล้วคุณ...ล่ะ
そうですか。		อย่างนั้นหรือ, อย่างนี้นี่เอง, เข้าใจแล้ว
れい	例	ตัวอย่าง

ちゅうごく	中国	จีน
ペルー		เปรู
オーストラリア		ออสเตรเลีย
フランス		ฝรั่งเศส
ベトナム		เวียดนาม
タイ		ไทย
にほん	日本	ญี่ปุ่น
アメリカ		สหรัฐอเมริกา
かんこく	韓国	เกาหลี
リン・タイ		หลินไท่
アラン・マレ		อแลง มาเล่ต์
レ・ティ・アン		เล ถิ อัญ
マリー・スミス		มารี สมิท
ホセ・カルロス		โฮเซ การ์โลส
ポン・チャチャイ		พล ชาติชาย
エミ		เอมิ
キム・ヘジョン		คิม ฮเยจอง
イ・ミジャ		อี มีจา
すずき きょうこ	鈴木 京子	ซูซูกิ เคียวโกะ

さとう さゆり	佐藤 さゆり	ซาโต้ ซายูริ
のぐち おさむ	野口 修	โนงุชิ โอซามุ
ナルコ・ハルトノ		นาร์โก ฮาร์โตโน
いわさき いちろう	岩崎 一郎	อิวาซากิ อิชิโร
きむら はるえ	木村 春江	คิมุระ ฮารุเอะ
きむら ひろし	木村 洋	คิมุระ ฮิโรชิ
スバルにほんごがっこう	スバル日本語学校	โรงเรียนสอนภาษาญี่ปุ่นซูบารุ
みどりだいがく	みどり大学	มหาวิทยาลัยมิโดริ
ＩＴ（アイティー） コンピューター		ไอทีคอมพิวเตอร์ (ชื่อบริษัท)
スバルりょう	スバル寮	หอพักซูบารุ
つかいましょう	使いましょう	ฝึกใช้กันเถอะ

ไวยากรณ์

1

ประโยคที่ภาคแสดงเป็นคำนาม 1 : ประโยคบอกเล่าและประโยคปฏิเสธที่ไม่ใช่อดีต (ปัจจุบัน, อนาคต)

1. わたしは リン・タイです。 **ผมคือ หลินไท่**

● N1 は N2 です

1）は เป็นคำช่วยใช้ชี้หัวเรื่องของประโยค โดย (ประโยคนี้) ยก N1 ขึ้นมาเป็นหัวเรื่อง ส่วน N2 เป็นส่วนอธิบายเพิ่มเติมเกี่ยวกับหัวเรื่องนั้น

คำช่วย は ออกเสียงว่า わ

2）です แสดงการตัดสินหรือการลงความเห็นเกี่ยวกับ N2

2. ポンさんは がくせいですか。 **คุณพลเป็นนักเรียนใช่ไหม**

● S か

1）か เป็นคำช่วยจบประโยค ใช้แสดงคำถาม สามารถทำเป็นประโยคคำถามได้โดยวาง か ไว้ท้ายประโยคโดยไม่ต้องเปลี่ยนแปลงลำดับคำ เวลาออกเสียงให้ขึ้นเสียงสูงที่ か

2）การตอบคำถามลักษณะนี้ เมื่อเห็นด้วยกับประโยคที่กล่าวมาจะตอบว่า はい และเมื่อไม่เห็นด้วยจะตอบว่า いいえ ⇒ **3**-2）

A：アンさんは がくせいですか。　คุณอัญเป็นนักเรียนใช่ไหม
B：はい、がくせいです。　ใช่ (เธอ) เป็นนักเรียน

สามารถละ หัวเรื่อง + は ได้ เมื่อความหมายชัดเจนโดยบริบทอยู่แล้ว

3）はい、そうです ใช้ในประโยคที่ภาคแสดงเป็นคำนามเพื่อแสดงความเห็นด้วย แปลว่า “ใช่ ถูกต้อง”

A：アンさんは がくせいですか。　คุณอัญเป็นนักเรียนใช่ไหม
B：はい、そうです。　ใช่ ถูกต้อง

3. アンさんは がくせいじゃ ありません。 **คุณอัญไม่ใช่นักเรียน**

● N じゃ ありません

1）じゃありません เป็นรูปปฏิเสธของ です

2) รูปนี้ใช้คู่กับ いいえ เมื่อต้องการบอกว่าบางสิ่งบางอย่างไม่ถูกต้องหรือแสดงความไม่เห็นด้วย

A：アンさんは がくせいですか。　คุณอัญเป็นนักเรียนใช่ไหม
B：いいえ、がくせいじゃ ありません。　ไม่ใช่ (เธอ) ไม่ได้เป็นนักเรียน

4. キムさんも がくせいです。　คุณคิมก็เป็นนักเรียน

● **N1 も N2 です**

も เป็นคำช่วย แปลว่า "ก็...ด้วย" ใช้แทนที่คำช่วย は ในประโยคนี้

リンさんは がくせいです。　คุณหลินเป็นนักเรียน
キムさんも がくせいです。　คุณคิมก็เป็นนักเรียน

5. リンさんは にほんごがっこうの がくせいです。

คุณหลินเป็นนักเรียนของโรงเรียนสอนภาษาญี่ปุ่น

● **N1 の N2**

の เป็นคำช่วยที่ใช้เชื่อมคำนาม 2 คำเข้าด้วยกัน โดย N1 จะขยาย N2 เสมอ ในประโยคนี้ N1 เป็นองค์กรที่ N2 สังกัด

～さん แปลว่า "คุณ..." ใช้วางหลังนามสกุลหรือชื่อจริงของผู้ฟังหรือบุคคลที่สามเพื่อให้เกียรติ แต่จะไม่ใช้กับชื่อของผู้พูดเอง

お ใน (お)くに หรือ (お)なまえ ฯลฯ เป็นคำเติมหน้าคำนามเพื่อแสดงความสุภาพ แต่จะไม่ใช้กล่าวถึงประเทศหรือชื่อของผู้พูดเอง

คำศัพท์และข้อมูลทางวัฒนธรรม

1 職業・趣味 อาชีพและงานอดิเรก

1. 職業 อาชีพ

会社員
พนักงานบริษัท

公務員
ข้าราชการ

研究員
นักวิจัย

教師
ครู, อาจารย์

学生
นักเรียน, นิสิต, นักศึกษา

主婦
แม่บ้าน

医師
แพทย์

弁護士
ทนายความ

看護師
พยาบาล

警察官
ตำรวจ

農家
เกษตรกร

エンジニア
วิศวกร

2. 趣味 งานอดิเรก

バドミントン แบดมินตัน	テニス เทนนิส	水泳 ว่ายน้ำ
山登り ปีนเขา	読書 อ่านหนังสือ	旅行 ท่องเที่ยว
映画 ภาพยนตร์	音楽 เพลง, ดนตรี	買い物 ซื้อของ, ช็อปปิ้ง
写真 ภาพถ่าย	料理 อาหาร	アニメ การ์ตูนแอนิเมชั่น

22

2 นั่นคือซีดีอะไร

บทสนทนา

หลินไท่ : คุณมารี นั่นคือซีดีอะไรเหรอครับ

มารี สมิท : ซีดีภาษาญี่ปุ่นค่ะ

หลินไท่ : เป็นซีดีของคุณมารีเหรอครับ

มารี สมิท : เปล่าค่ะ ไม่ใช่ของฉัน

หลินไท่ : แล้วเป็นซีดีของใครครับ

มารี สมิท : ของคุณคิมค่ะ

คำศัพท์

これ		นี่, สิ่งนี้ (สิ่งของอยู่ใกล้ผู้พูด)
それ		นั่น, สิ่งนั้น (สิ่งของอยู่ใกล้ผู้ฟัง)
あれ		โน่น, สิ่งโน้น (สิ่งของอยู่ไกลจากทั้งผู้พูดและผู้ฟัง)
この		...นี้, ...ที่อยู่ตรงนี้
その		...นั้น, ...ที่อยู่ใกล้ตัวคุณ
あの		...โน้น, ...ที่อยู่ตรงโน้น
ノート		สมุดโน้ต
ほん	本	หนังสือ
ざっし	雑誌	นิตยสาร
パソコン		คอมพิวเตอร์ส่วนบุคคล
かさ	傘	ร่ม
かばん		กระเป๋า
テレビ		โทรทัศน์
ボールペン		ปากกาลูกลื่น
さいふ	財布	กระเป๋าสตางค์
しんぶん	新聞	หนังสือพิมพ์
さとう	砂糖	น้ำตาล
しお	塩	เกลือ
しょうゆ		โชยุ, ซีอิ๊วญี่ปุ่น
ソース		ซอส
うどん		อุด้ง
そば		โซบะ
みず	水	น้ำ, น้ำเปล่า
ジュース		น้ำผลไม้
こうちゃ	紅茶	ชาฝรั่ง
コーヒー		กาแฟ
カタログ		แคตาล็อก
コンピューター		คอมพิวเตอร์
カメラ		กล้องถ่ายรูป
けいたいでんわ	携帯電話	โทรศัพท์มือถือ

くるま	車	รถยนต์
～せい	～製	ผลิตที่..., ผลิตจาก..., ผลิตโดย...
ひと	人	คน
シャープペンシル		ดินสอกด
とりにく	とり肉	เนื้อไก่
ぶたにく	豚肉	เนื้อหมู
ぎゅうどん	牛どん	ข้าวหน้าเนื้อ
ぎゅうにく	牛肉	เนื้อวัว
にく	肉	เนื้อสัตว์
おやこどん	親子どん	ข้าวหน้าไก่และไข่
すきやき	すき焼き	สุกียากี้
ラーメン		ราเมน
やきにくていしょく	焼肉定食	อาหารชุดเนื้อวัวหรือหมูย่าง
CD (シーディー)		แผ่นซีดี
～ご	～語	ภาษา...
なん	何	อะไร
だれ		ใคร

ドイツ		เยอรมนี
イタリア		อิตาลี
イギリス		อังกฤษ
わたなべ あき	渡辺 あき	วาตานาเบะ อากิ
トム・ジョーダン		ทอม จอร์แดน

ไวยากรณ์

คำสรรพนามบ่งชี้ (นิยมสรรพนาม) 1 : これ, それ และ あれ

1. これは ノートです。　นี่คือสมุดโน้ต

   ●これ／それ／あれ

   これ, それ และ あれ เป็นคำสรรพนามบ่งชี้ ไม่ต้องตามด้วยคำนาม และสามารถปรากฏเดี่ยวๆ ได้

   これ ใช้กล่าวถึงสิ่งที่อยู่ใกล้ผู้พูด

   それ ใช้กล่าวถึงสิ่งที่อยู่ใกล้ผู้ฟัง

   あれ ใช้กล่าวถึงสิ่งที่อยู่ไกลจากทั้งผู้พูดและผู้ฟัง

2. A：これは なんですか。　นี่คืออะไร
   B：ボールペンです。　ปากกาลูกลื่น

   ●なん

   なん เป็นคำแสดงคำถาม ใช้ถามว่าสิ่งนั้นคืออะไร แปลว่า "อะไร" โดยลำดับของคำในประโยคคำถามจะไม่เปลี่ยนแปลง

3. A：これは なんの カタログですか。　นี่คือแคตตาล็อกอะไร
   B：コンピューターの カタログです。　แคตตาล็อกคอมพิวเตอร์

   ●なんの N

   なんのN ใช้เมื่อต้องการถามรายละเอียดหรือประเภทของคำนามนั้น ๆ แปลว่า "... (เกี่ยวกับ) อะไร"

4. | この くるまは にほんせいです。 | รถคันนี้ผลิตในประเทศญี่ปุ่น

●この N／その N／あの N

この, その และ あの ต้องตามด้วยคำนามเสมอ

このN ใช้กล่าวถึงบุคคลหรือสิ่งที่อยู่ใกล้ผู้พูด

そのN ใช้กล่าวถึงบุคคลหรือสิ่งที่อยู่ใกล้ผู้ฟัง

あのN ใช้กล่าวถึงบุคคลหรือสิ่งที่อยู่ไกลจากทั้งผู้พูดและผู้ฟัง

5. | A：あの ひとは だれですか。 | คนนั้นคือใคร
| B：リンさんです。 | คุณหลิน

●だれ

だれ เป็นคำแสดงคำถาม ใช้ถามว่าคนนั้นคือใคร แปลว่า "ใคร"

6. | それは わたしの ほんです。 | นั่นเป็นหนังสือของฉัน

●N1 の N2

1) คำช่วย の ในประโยคนี้แสดงความเป็นเจ้าของ โดยพื้นฐานแล้ว わたし の แปลว่า
"ของฉัน" บางครั้งจะละคำนามที่ตามหลัง の เมื่อคำนามนั้นชัดเจนโดยบริบทอยู่แล้ว

それは わたしのです。   นั่นเป็นของฉัน

2) だれの ใช้ถามความเป็นเจ้าของ แปลว่า "ของใคร"

それは だれの ほんですか。   นั่นเป็นหนังสือของใคร

それは だれのですか。   นั่นเป็นของใคร

7. | A：これは さとうですか、しおですか。 | นี่คือน้ำตาลหรือเกลือ
| B：さとうです。 | น้ำตาล

●S1 か、S2 か

ประโยคนี้เป็นประโยคคำถาม ใช้ถามว่าสิ่งนั้นคือ S1 หรือ S2 การตอบคำถามลักษณะนี้
สามารถตอบสิ่งที่ถูกต้องได้เลยโดยไม่ต้องพูดว่า はい หรือ いいえ ดังตัวอย่างด้านบน

คำศัพท์และข้อมูลทางวัฒนธรรม

メニュー　รายการอาหาร

どんぶり　ข้าวหน้าต่าง ๆ

牛(ぎゅう)どん
ข้าวหน้าเนื้อ

天(てん)どん
ข้าวหน้าเทมปุระ

おにぎり　ข้าวปั้น

さけ　ปลาแซลมอน
梅干(うめぼ)し　บ๊วยเค็ม
ツナマヨ
ทูน่ามายองเนส

めん　อาหารเส้น

ラーメン
ราเมน

うどん
อุด้ง

そば
โซบะ

スパゲティ
สปาเกตตี

定食(ていしょく)　อาหารชุด

魚(さかな)
ปลา

ご飯(はん)
ข้าว

漬物(つけもの)
ผักดอง

みそ汁(しる)
ซุปมิโสะ

焼魚定食(やきざかなていしょく)　อาหารชุดปลาย่าง

さしみ定食(ていしょく)
อาหารชุดซาชิมิ (ปลาดิบ)
焼肉定食(やきにくていしょく)
อาหารชุดเนื้อวัวหรือหมูย่าง
天(てん)ぷら定食(ていしょく)
อาหารชุดเทมปุระ

弁当(べんとう)　อาหารกล่อง

野菜(やさい)の煮物(にもの)
ผักต้ม

ご飯(はん)
ข้าว

唐揚(からあ)げ ของทอด (มักเป็นเนื้อปลาหรือไก่ทอด)

漬物(つけもの)
ผักดอง

サラダ
สลัด

しょうが焼弁当(やきべんとう)
ข้าวกล่องหมูผัดขิง
ハンバーグ弁当(べんとう)
ข้าวกล่องสเต๊กแฮมเบอร์เกอร์

とりの 唐揚(からあ)げ弁当(べんとう) ข้าวกล่องไก่ทอด

3 ที่นี่คือมหาวิทยาลัยยูริ

บทสนทนา

พล ชาติชาย : ขอโทษนะครับ ที่นี่ใช่มหาวิทยาลัยมิโดริหรือเปล่าครับ

นักศึกษา : ไม่ใช่ค่ะ มหาวิทยาลัยยูริค่ะ

พล ชาติชาย : มหาวิทยาลัยมิโดริอยู่ที่ไหนครับ

นักศึกษา : ตรงโน้นค่ะ

พล ชาติชาย : อย่างนั้นเหรอครับ ขอบคุณครับ

คำศัพท์

3

ここ		ที่นี่, ตรงนี้ (จุดที่ผู้พูดอยู่)
そこ		ที่นั่น, ตรงนั้น (จุดที่ผู้ฟังอยู่)
あそこ		ที่โน่น, ตรงโน้น (จุดที่ไกลจากทั้งผู้พูดและผู้ฟัง)
しょくどう	食堂	โรงอาหาร
うけつけ	受付	ที่ติดต่อสอบถาม, โต๊ะประชาสัมพันธ์
～しつ	～室	ห้อง...
じむしつ	事務室	ห้องธุรการ
かいぎしつ	会議室	ห้องประชุม
コンピューターしつ	コンピューター室	ห้องคอมพิวเตอร์
トイレ		ห้องน้ำ, ห้องสุขา
としょしつ	図書室	ห้องสมุด
きょうしつ	教室	ห้องเรียน
ロビー		ล็อบบี้
コピーき	コピー機	เครื่องถ่ายเอกสาร
ゆうびんきょく	郵便局	ที่ทำการไปรษณีย์
びょういん	病院	โรงพยาบาล
たいしかん	大使館	สถานทูต
ぎんこう	銀行	ธนาคาร
コンビニ		ร้านสะดวกซื้อ
デパート		ห้างสรรพสินค้า
えき	駅	สถานีรถไฟ
じしょ	辞書	พจนานุกรม
ちず	地図	แผนที่
れいぞうこ	冷蔵庫	ตู้เย็น
エアコン		แอร์, เครื่องปรับอากาศ
とけい	時計	นาฬิกา
でんしレンジ	電子レンジ	เตาไมโครเวฟ
せんたくき	洗濯機	เครื่องซักผ้า
そうじき	掃除機	เครื่องดูดฝุ่น
ポット		กระติกน้ำร้อน, กาน้ำร้อน
おちゃ	お茶	ชา
ワイン		ไวน์
ビール		เบียร์
チョコレート		ช็อกโกแลต

くつ	靴	รองเท้า
ゼロ／れい	ゼロ／零	ศูนย์
いち	一	หนึ่ง
に	二	สอง
さん	三	สาม
よん／し	四	สี่
ご	五	ห้า
ろく	六	หก
なな／しち	七	เจ็ด
はち	八	แปด
きゅう／く	九	เก้า
じゅう	十	สิบ
ひゃく（びゃく／ぴゃく）	百	ร้อย
せん（ぜん）	千	พัน
まん	万	หมื่น
—かい／がい	—階	ชั้น...
なん～	何～	...อะไร, ...เท่าไร
なんがい	何階	ชั้นอะไร, ชั้นไหน
—えん	—円	...เยน
どこ		ที่ไหน
いくら		ราคาเท่าไร
じゃ		ถ้าอย่างนั้น
ちがいます。	違います。	ไม่ใช่
どうも。		ขอบคุณ (ภาษากันเอง)
～を ください。		ขอ...หน่อย
おいしいですね。		อร่อยจังเลยนะ

サントリー		ซันโทรี่ (ชื่อบริษัท/ยี่ห้อสินค้า)
ロッテ		ลอตเต้ (ชื่อบริษัท/ยี่ห้อสินค้า)
ナイキ		ไนกี้ (ชื่อบริษัท/ยี่ห้อสินค้า)
アップル		แอปเปิล (ชื่อบริษัท/ยี่ห้อสินค้า)
キヤノン		แคนนอน (ชื่อบริษัท/ยี่ห้อสินค้า)
ゆりだいがく	ゆり大学	มหาวิทยาลัยยูริ

ไวยากรณ์

คำสรรพนามบ่งชี้ (นิยมสรรพนาม) 2 : ここ, そこ และ あそこ

3

1. ここは しょくどうです。 **ที่นี่คือโรงอาหาร**

●ここ／そこ／あそこ

ここ, そこ และ あそこ เป็นคำสรรพนามบ่งชี้ตำแหน่งที่ตั้ง

ここ ใช้กล่าวถึงจุดที่ผู้พูดอยู่

そこ ใช้กล่าวถึงจุดที่ผู้ฟังอยู่

あそこ ใช้กล่าวถึงจุดที่ไกลจากทั้งผู้พูดและผู้ฟัง

เมื่อผู้พูดและผู้ฟังอยู่ ณ จุดเดียวกัน สามารถใช้ ここ กล่าวถึงจุดที่ทั้งคู่อยู่ได้

2. コピーきは あそこです。 **เครื่องถ่ายเอกสารอยู่ตรงโน้น**

● N1 は N2(สถานที่)です

1）รูปประโยคนี้แสดงตำแหน่งที่ตั้งของบุคคลหรือสิ่งของ

コピーきは あそこです。 เครื่องถ่ายเอกสารอยู่ตรงโน้น

トイレは そこです。 ห้องน้ำอยู่ตรงนั้น

マリーさんは しょくどうです。 คุณมารีอยู่ที่โรงอาหาร

2）どこ เป็นคำแสดงคำถาม ใช้ถามตำแหน่งที่ตั้งของบุคคลหรือสิ่งของ แปลว่า “ที่ไหน”

A：コピーきは どこですか。 เครื่องถ่ายเอกสารอยู่ที่ไหน

B：あそこです。 อยู่ตรงโน้น

3. この パソコンは 89,000 えんです。 **คอมพิวเตอร์เครื่องนี้ราคา 89,000 เยน**

●―えんです

1）―えん เป็นลักษณนามแสดงหน่วยเงินของญี่ปุ่น

2）いくら เป็นคำแสดงคำถาม ใช้ถามราคาสิ่งของ แปลว่า “เท่าไร”

A：この パソコンは いくらですか。 คอมพิวเตอร์เครื่องนี้ราคาเท่าไร

B：89,000 えんです。 89,000 เยน

4.

A：それは　どこの　くるまですか。	นั่นเป็นรถของที่ไหน
B：アメリカの　くるまです。	รถอเมริกัน

●どこの N

1）คำช่วย の ในรูปประโยคนี้แสดงสถานที่ (ประเทศ) ที่ผลิตหรือผู้ผลิต (บริษัท) สิ่งนั้น

2）どこの N ใช้ถามว่าสิ่งนั้นผลิตที่ไหนหรือผลิตโดยใคร แปลว่า "ผลิตจากที่ไหน" หรือ "ผลิต
โดยใคร"

คำช่วย の ใช้ในรูปประโยค N1 の N2 เพื่อขยายคำนามที่ตามมา (เช่น แสดงความเป็น
เจ้าของ ประเภทของสิ่งของ หมวดหมู่ ฯลฯ)

- -

การใช้ こ／そ／あ

	หมวด こ	หมวด そ	หมวด あ
สิ่งของ	これ	それ	あれ
สิ่งของ/บุคคล	この N	その N	あの N
สถานที่	ここ	そこ	あそこ

1）—かい และ —えん ในคำว่า 1 かい (ชั้น 1) และ 8,900 えん (8,900 เยน)
เป็นลักษณนาม

2）ลักษณนามใช้เมื่อจะนับสิ่งของหรือแสดงปริมาณของสิ่งนั้น ๆ โดยจะเปลี่ยนไปตาม
สิ่งของที่นับ

คำศัพท์และข้อมูลทางวัฒนธรรม
キャンパスマップ　แผนที่มหาวิทยาลัย

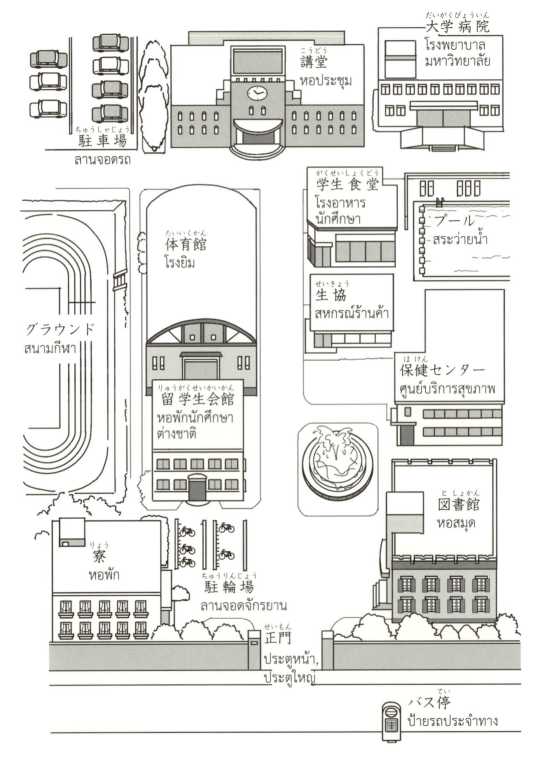

4 วันพรุ่งนี้จะทำอะไร

บทสนทนา

คิม : คุณทอม วันพรุ่งนี้จะทำอะไรคะ

จอร์แดน : จะเล่นเทนนิสครับ

คิม : อย่างนั้นเหรอคะ จะเล่นที่ไหนคะ

จอร์แดน : ที่โรงเรียนครับ แล้วคุณคิมล่ะครับ

คิม : ฉันจะดูภาพยนตร์เกาหลีอยู่ที่บ้านค่ะ

จอร์แดน : อย่างนั้นเหรอครับ

คำศัพท์

パン		ขนมปัง
さかな	魚	ปลา
くだもの	果物	ผลไม้
やさい	野菜	ผัก
カレー		แกงกะหรี่, ข้าวราดแกงกะหรี่ญี่ปุ่น
ぎゅうにゅう	牛乳	นม
(お)さけ	(お)酒	เหล้า, เหล้าสาเก
たまご	卵	ไข่
えいが	映画	หนัง, ภาพยนตร์
おんがく	音楽	เพลง, ดนตรี
クラシック		เพลงคลาสสิก
ジャズ＊		เพลงแจ๊ซ
ロック＊		เพลงร็อก
Ｊ(ジェー)-ポップ＊		เพลงเจป๊อป (เพลงป๊อปญี่ปุ่น)
テニス		เทนนิส
しゅくだい	宿題	การบ้าน
ジョギング		จ็อกกิ้ง
サッカー		ฟุตบอล
ゲーム		เกม
てがみ	手紙	จดหมาย
おかね	お金	เงิน
きって	切手	แสตมป์
としょかん	図書館	หอสมุด
こうえん	公園	สวนสาธารณะ
うち		บ้าน
レストラン		ร้านอาหาร
スーパー		ซูเปอร์มาร์เกต
～や	～屋	ร้าน...
パンや	パン屋	ร้านขนมปัง
ひるごはん	昼ご飯	ข้าวกลางวัน, อาหารกลางวัน

あさごはん＊	朝ご飯	ข้าวเช้า, อาหารเช้า
ばんごはん＊	晩ご飯	ข้าวเย็น, อาหารเย็น
ごはん＊	ご飯	ข้าว, ข้าวสวย
（お）べんとう	（お）弁当	ข้าวกล่อง, อาหารกล่อง
りょうり	料理	อาหาร
こんばん	今晩	คืนนี้
あした		พรุ่งนี้
きょう＊	今日	วันนี้
あさって＊		มะรืนนี้
まいあさ	毎朝	ทุกเช้า
まいばん＊	毎晩	ทุกคืน
まいにち＊	毎日	ทุกวัน
たべます　Ⅱ	食べます	กิน, รับประทาน
のみます　Ⅰ	飲みます	ดื่ม
かいます　Ⅰ	買います	ซื้อ
かきます　Ⅰ	書きます	เขียน
ききます　Ⅰ	聞きます	ฟัง, ได้ยิน
みます　Ⅱ	見ます	ดู, มอง
よみます　Ⅰ	読みます	อ่าน
します　Ⅲ		ทำ, เล่น (กีฬา ดนตรี ฯลฯ)
おろします［おかね を～］　Ⅰ	下ろします［お金 を～］	ถอน [เงิน]
なに	何	อะไร
いつも		ตลอดเวลา, สม่ำเสมอ
ときどき	時々	บางครั้ง
それから		หลังจากนั้น, ต่อจากนั้น, แล้วก็
しつもん	質問	คำถาม

ไวยากรณ์

ประโยคที่ภาคแสดงเป็นคำกริยา 1 : ประโยคบอกเล่าและประโยคปฏิเสธที่ไม่ใช่อดีต (ปัจจุบัน, อนาคต)

4

1. アンさんは パンを 食(た)べます。 คุณอัญกินขนมปัง

● Nを Vます

1）ประโยคนี้เป็นประโยคที่ภาคแสดงเป็นคำกริยา แปลว่า “ใครทำบางสิ่งบางอย่าง” โดยใช้คำช่วย を ชี้กรรมตรงของคำกริยา

คำช่วย を ออกเสียงว่า お และใช้เป็นคำช่วยเท่านั้น

2）V ます เป็นรูปคำกริยารูปบอกเล่าที่ไม่ใช่อดีต (ปัจจุบัน, อนาคต) ใช้แสดงการกระทำที่ทำเป็นกิจวัตร การกระทำในอนาคต หรือความตั้งใจของผู้พูด

3）なに เป็นคำแสดงคำถาม ใช้ถามกรรมตรงของคำกริยา แปลว่า “อะไร”

Ａ：アンさんは 何(なに)を 食(た)べますか。 คุณอัญกินอะไร
Ｂ：パンを 食(た)べます。 กินขนมปัง

2. わたしは コーヒーを 飲(の)みません。 ฉันไม่ดื่มกาแฟ

● Vません

1）Vません เป็นรูปปฏิเสธของ Vます สามารถทำเป็นรูปนี้ได้โดยนำ ません มาแทนที่ ます ดังตัวอย่างต่อไปนี้

รูปบอกเล่าที่ไม่ใช่อดีต	รูปปฏิเสธที่ไม่ใช่อดีต
のみます	のみません
ききます	ききません

2）คำตอบที่เป็นประโยคบอกเล่าและประโยคปฏิเสธของคำถามลักษณะนี้มีดังนี้

Ａ　：コーヒーを 飲(の)みますか。 ดื่มกาแฟไหม
Ｂ１：はい、飲(の)みます。 ครับ/ค่ะ ดื่ม
Ｂ２：いいえ、飲(の)みません。 ไม่ครับ/ค่ะ ไม่ดื่ม

สามารถละ กรรม ＋を ได้ เมื่อความหมายชัดเจนโดยบริบทอยู่แล้ว

3. | わたしは 何も 食べません。 | ฉันไม่กินอะไรเลย

●何も V ません

ประโยคปฏิเสธที่ใช้กับ なにも (คำแสดงคำถาม なに กับคำช่วย も) แสดงการปฏิเสธโดยสิ้นเชิง

    A ：何を 食べますか。 กินอะไร
    B 1：ラーメンを 食べます。 กินราเมน
    B 2：何も 食べません。 ไม่กินอะไรเลย

4. | わたしは コンビニで パンを 買います。 | ฉันซื้อขนมปังที่ร้านสะดวกซื้อ

● N(สถานที่)で V ます

1）で เป็นคำช่วยชี้สถานที่ที่เกิดการกระทำ แปลว่า "จาก" "ใน" หรือ "ที่"

2）どこで ใช้ถามสถานที่ที่เกิดการกระทำ

    A：どこで パンを 買いますか。 ซื้อขนมปังที่ไหน
    B：コンビニで 買います。 ซื้อที่ร้านสะดวกซื้อ

....

① テニスを します。それから、テレビを 見ます。

เล่นเทนนิส หลังจากนั้นก็ดูโทรทัศน์

それから เป็นคำเชื่อม (คำสันธาน) ใช้เชื่อมประโยค 2 ประโยคที่เกิดขึ้นในเวลาไล่เลี่ยกัน แปลว่า "หลังจากนั้น"

② パンと 野菜を 食べます。 กินขนมปังและผัก

と เป็นคำช่วย ใช้เชื่อมคำนามกับคำนาม แปลว่า "และ" "กับ" แต่ไม่สามารถใช้เชื่อมประโยคกับประโยคได้

なに และ なん มีความหมายเหมือนกัน

なに ใช้ได้ในหลายกรณี ในขณะที่ なん ใช้ในกรณีต่อไปนี้

1）เมื่อนำหน้าคำที่ขึ้นต้นด้วยอักษรในวรรค た／だ／な ตามตารางอักษรญี่ปุ่น

    これは 何ですか。 นี่คืออะไร
    これは 何の 本ですか。 นี่คือหนังสืออะไร

2）เมื่อตามหลังด้วยลักษณนาม

    何階ですか。 ชั้นอะไร
    今 何時ですか。 ตอนนี้เป็นเวลากี่โมง ⇒ บทที่ 5

4

คำศัพท์และข้อมูลทางวัฒนธรรม

食べ物（たべもの） อาหาร

野菜（やさい） ผัก

じゃがいも

たまねぎ

にんじん

レタス

きゅうり

トマト

キャベツ

ねぎ

果物（くだもの） ผลไม้

りんご

みかん

いちご

桃（もも）

なし

ぶどう

すいか

バナナ

魚（さかな）や貝（かい） ปลาและหอย (อาหารทะเล)

まぐろ

さけ

さんま

えび

かに

いか

たこ

あさり

肉（にく） เนื้อสัตว์

牛肉（ぎゅうにく）

豚肉（ぶたにく）

とり肉（にく）

ラム肉（にく）

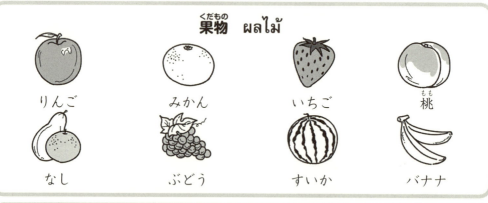

5 ที่ซิดนีย์ ตอนนี้เป็นเวลากี่โมง

บทสนทนา

คิม : อรุณสวัสดิ์ค่ะ ทุกคนที่โรงเรียนสอนภาษาญี่ปุ่นซิดนีย์
นักเรียน : อรุณสวัสดิ์ครับ
คิม : ที่ซิดนีย์ ตอนนี้เป็นเวลากี่โมงคะ
นักเรียน : เที่ยงครึ่งครับ
คิม : เรียนภาษาญี่ปุ่นทุกวันหรือเปล่าคะ
นักเรียน : ครับ เรียนตั้งแต่ 10 โมงถึงเที่ยงทุกวัน
คิม : วันนี้เรียนอะไรคะ
นักเรียน : เรียนบทสนทนาและคันจิครับ
คิม : อย่างนั้นเหรอคะ

5

คำศัพท์

いま	今	ตอนนี้, ขณะนี้
ごぜん	午前	ช่วงเช้า, a.m.
ごご	午後	ช่วงบ่าย, p.m.
—じ	—時	...โมง, ...นาฬิกา
—ふん／ぷん	—分	...นาที
—じはん	—時半	...โมงครึ่ง
なんじ	何時	กี่โมง
なんぷん*	何分	กี่นาที
インターネット		อินเทอร์เน็ต
メール		อีเมล
コンサート		คอนเสิร์ต
せつめい	説明	การอธิบาย
～かい	～会	งาน..., การประชุม...
せつめいかい	説明会	งานชี้แจง
パーティー		งานเลี้ยง, ปาร์ตี้
ぶんぽう	文法	ไวยากรณ์
かいわ	会話	บทสนทนา
かんじ	漢字	อักษรคันจิ
ていしょく	定食	อาหารชุด
アルバイト		งานพิเศษ, งานพาร์ตไทม์
(お)ふろ	(お)風呂	อ่างอาบน้ำแบบญี่ปุ่น (โอะฟุโระ)
おすもうさん	お相撲さん	นักซูโม่
みなさん	皆さん	ทุกคน
せんしゅう	先週	สัปดาห์ที่แล้ว
こんしゅう*	今週	สัปดาห์นี้
らいしゅう*	来週	สัปดาห์หน้า, สัปดาห์ถัดไป
まいしゅう*	毎週	ทุกสัปดาห์
げつようび	月曜日	วันจันทร์
かようび	火曜日	วันอังคาร
すいようび	水曜日	วันพุธ

もくようび	木曜日	วันพฤหัสบดี
きんようび	金曜日	วันศุกร์
どようび	土曜日	วันเสาร์
にちようび	日曜日	วันอาทิตย์
なんようび＊	何曜日	วันอะไร
きのう	昨日	เมื่อวาน
おととい＊		เมื่อวานซืน
あさ	朝	เช้า
けさ＊	今朝	เมื่อเช้า
ひる＊	昼	กลางวัน, เที่ยง
ばん＊	晩	เย็น, กลางคืน
よる＊	夜	กลางคืน
おきます　Ⅱ	起きます	ตื่นนอน
ねます　Ⅱ	寝ます	นอน
べんきょうします　Ⅲ	勉強します	เรียนหนังสือ
けんきゅうします　Ⅲ	研究します	วิจัย
はたらきます　Ⅰ	働きます	ทำงาน
およぎます　Ⅰ	泳ぎます	ว่ายน้ำ
おわります　Ⅰ	終わります	จบ, เสร็จสิ้น
はじまります＊　Ⅰ	始まります	เริ่มต้น
れんしゅうします　Ⅲ	練習します	ฝึกฝน
はいります　Ⅰ	入ります	เข้า (สถานที่ ＋ に)
やすみます　Ⅰ	休みます	พักผ่อน, หยุดพัก, ลาหยุด
つくります　Ⅰ	作ります	สร้าง, ทำ, ผลิต
―さい	―歳	อายุ...ปี
なんさい	何歳	อายุเท่าไร
～から		ตั้งแต่..., จาก...
～まで		ถึง..., จนถึง...
～ごろ		ประมาณ..., ราว... (เวลา)
もしもし		ฮัลโหล, สวัสดีครับ/ค่ะ (ใช้เวลาโทรศัพท์)
おはよう　ございます。		สวัสดี (ตอนเช้า), อรุณสวัสดิ์

ロンドン		ลอนดอน
ペキン		ปักกิ่ง
とうきょう	東京	โตเกียว
シカゴ		ชิคาโก
ニューヨーク		นิวยอร์ก
カイロ		ไคโร
バンコク		กรุงเทพมหานคร
シドニー		ซิดนีย์
サンパウロ		เซาเปาโล
モンゴル		มองโกเลีย
すばるやま	すばる山	ซูบารุยามะ (ชื่อคน)
ぶんかセンター	文化センター	ศูนย์วัฒนธรรม
えいがかい	映画会	งานฉายภาพยนตร์

ไวยากรณ์

ประโยคที่ภาคแสดงเป็นคำกริยา 2 : ประโยคบอกเล่าและประโยคปฏิเสธที่เป็นอดีต

สำนวนเกี่ยวกับการบอกเวลา

1. 今(いま) 8時(じ)15分(ふん)です。 **ตอนนี้ 8 โมง 15 นาที**

● —時(じ) —分(ふん／ぷん)

1）ใช้ลักษณนาม じ (โมง, นาฬิกา) และ ふん／ぷん (นาที) เพื่อบอกเวลา ขอให้ระวังการออกเสียง ふん และ ぷん ด้วย

2）なんじ และ なんぷん ใช้ถามเวลา

A：今(いま) 何時(なんじ)ですか。　ตอนนี้เป็นเวลากี่โมง
B：8時(じ)15分(ふん)です。　8 โมง 15 นาที

2. わたしは 毎朝(まいあさ) 7時半(じはん)に 起(お)きます。 **ฉันตื่นนอนตอน 7 โมงครึ่งทุกเช้า**

●N(เวลา)に V ます

1）に เป็นคำช่วยชี้เวลาที่เกิดการกระทำ แปลว่า “ตอน”

2）なんじに ใช้ถามเวลาที่เกิดการกระทำ

A：リンさんは 毎朝(まいあさ) 何時(なんじ)に 起(お)きますか。
ทุกเช้าคุณหลินตื่นนอนตอนกี่โมง
B：7時半(じはん)に 起(お)きます。　ตื่นนอนตอน 7 โมงครึ่ง

3. わたしは 月曜日(げつようび)から 金曜日(きんようび)まで 勉強(べんきょう)します。

ฉันเรียนหนังสือตั้งแต่วันจันทร์ถึงวันศุกร์

●N1 から N2 まで

1）から เป็นคำช่วยชี้จุดเริ่มของช่วงเวลา แปลว่า “จาก” “ตั้งแต่” ส่วน まで เป็นคำช่วยชี้จุดสิ้นสุดของช่วงเวลา แปลว่า “ถึง” “จนถึง”

月曜日(げつようび)から 金曜日(きんようび)まで　ตั้งแต่วันจันทร์ถึงวันศุกร์
9時(じ)から 12時(じ)40分(ぷん)まで　ตั้งแต่ 9 โมงถึงเที่ยง 40 นาที

２）บางครั้งจะวาง ～から และ ～まで ไว้หน้า です โดยไม่มีอะไรมาคั่น

学校は 9時から 12時40分までです。

โรงเรียนเปิดสอนตั้งแต่ 9 โมงถึงเที่ยง 40 นาที

映画は 何時からですか。　ภาพยนตร์เริ่มตั้งแต่กี่โมง

4. | わたしは 昨日 カメラを 買いました。 | ฉันซื้อกล้องถ่ายรูปมาเมื่อวาน

●V ました

V ました เป็นรูปอดีตของ V ます สามารถทำเป็นรูปนี้ได้โดยนำ ました มาแทนที่ ます

5. | わたしは 昨日 新聞を 読みませんでした。 | เมื่อวานฉันไม่ได้อ่านหนังสือพิมพ์

●V ませんでした

V ませんでした เป็นรูปอดีตของ V ません สามารถทำเป็นรูปนี้ได้โดยนำ ませんでした มาแทนที่ ません

ไม่ใช่อดีต		อดีต	
บอกเล่า	ปฏิเสธ	บอกเล่า	ปฏิเสธ
かいます	かいません	かいました	かいませんでした
します	しません	しました	しませんでした
ねます	ねません	ねました	ねませんでした

・・・

① 12時ごろ 寝ました。　นอนประมาณเที่ยงคืน

ごろ เป็นคำช่วยชี้เวลาโดยประมาณ แปลว่า "ประมาณ" "ราวๆ"

46

คำศัพท์และข้อมูลทางวัฒนธรรม

武道 ศิลปะการต่อสู้

1. 伝統的な 武道 ศิลปะการต่อสู้ดั้งเดิม

剣道 เคนโด

柔道 ยูโด

空手 คาราเต้

相撲 ซูโม่

弓道 ยิงธนู

合気道 ไอคิโด

2. 相撲 ซูโม่

力士（お相撲さん）と 行司
นักซูโม่และกรรมการซูโม่

土俵 เวทีซูโม่

ที่ญี่ปุ่นจะจัดการแข่งขันซูโม่ปีละ 6 ครั้ง ครั้งละ 15 วัน โดยจัดขึ้นที่โตเกียว 3 ครั้ง และที่นาโงย่า โอซาก้า และฟุกุโอกะที่ละครั้ง นักซูโม่ที่ชนะการแข่งขันมากที่สุดจากการแข่งขันทั้ง 6 ครั้งจะได้ครองตำแหน่งชนะเลิศ นักซูโม่เรียกเป็นภาษาญี่ปุ่นว่า 力士 หรือ 相撲さん ส่วน 横綱 คืออันดับสูงสุดจาก 6 ลำดับชั้นของนักซูโม่อาชีพ นักซูโม่ฝึกหัดจะฝึกซ้อมและอาศัยอยู่ที่ 相撲部屋 (ค่ายฝึก) ภายใต้การดูแลของ 親方 (หัวหน้าค่ายฝึกซึ่งเป็นอดีตนักซูโม่)

6 จะไปเกียวโต

บทสนทนา

ทานากะ : คุณมารี สุดสัปดาห์นี้จะทำอะไรครับ
สมิท : จะไปเกียวโตค่ะ
ทานากะ : ดีจังเลยครับ สมัยเรียนมัธยมปลายผมก็เคยไป จะทำอะไรที่เกียวโตครับ
สมิท : พบเพื่อนค่ะ หลังจากนั้นจะไปกินอาหารญี่ปุ่นที่วัด
ทานากะ : จะกลับเมื่อไรครับ
สมิท : จะกลับคืนวันอาทิตย์ค่ะ

คำศัพท์

たんじょうび	誕生日	วันเกิด
バス		รถประจำทาง, รถเมล์, รถบัส
ひこうき	飛行機	เครื่องบิน
でんしゃ	電車	รถไฟ
じてんしゃ	自転車	จักรยาน
ちかてつ	地下鉄	รถไฟใต้ดิน
どうぶつえん	動物園	สวนสัตว์
パンダ		แพนด้า
サラダ		สลัด
ケーキ		ขนมเค้ก
プール		สระว่ายน้ำ
ドライブ		การขับรถ, การขับรถไปเที่ยวไกล ๆ
(お)まつり	(お)祭り	งานเทศกาล
バイク		จักรยานยนต์
はなび	花火	พลุ, ดอกไม้ไฟ
(お)てら	(お)寺	วัด
しんかんせん	新幹線	รถไฟชิงกันเซน
おんせん	温泉	น้ำพุร้อน
ふね	船	เรือ
こうこうせい	高校生	นักเรียนชั้นมัธยมปลาย
しゅうまつ	週末	สุดสัปดาห์
なつやすみ	夏休み	วันหยุดฤดูร้อน
ふゆやすみ＊	冬休み	วันหยุดฤดูหนาว
らいげつ	来月	เดือนหน้า
こんげつ＊	今月	เดือนนี้
せんげつ＊	先月	เดือนที่แล้ว
きょねん	去年	ปีที่แล้ว
ことし＊	今年	ปีนี้
らいねん＊	来年	ปีหน้า
いきます　I	行きます	ไป
かえります　I	帰ります	กลับ

6

きます Ⅲ	来ます	มา
しょくじします Ⅲ	食事します	รับประทานอาหาร
あいます Ⅰ	会います	พบ, เจอ (คน ＋ に)

—がつ	—月	เดือน...
なんがつ＊	何月	เดือนอะไร
—にち	—日	วันที่..., ...วัน (จำนวน)
なんにち＊	何日	วันที่เท่าไร, กี่วัน
ついたち	1日	วันที่ 1
ふつか	2日	วันที่ 2, 2 วัน
みっか	3日	วันที่ 3, 3 วัน
よっか	4日	วันที่ 4, 4 วัน
いつか	5日	วันที่ 5, 5 วัน
むいか	6日	วันที่ 6, 6 วัน
なのか	7日	วันที่ 7, 7 วัน
ようか	8日	วันที่ 8, 8 วัน
ここのか	9日	วันที่ 9, 9 วัน
とおか	10日	วันที่ 10, 10 วัน
じゅうよっか	14日	วันที่ 14, 14 วัน
はつか	20日	วันที่ 20, 20 วัน
にじゅうよっか	24日	วันที่ 24, 24 วัน

いつ		เมื่อไร
あるいて	歩いて	เดิน (ไป)
いっしょに	一緒に	ด้วยกัน
ひとりで	一人で	คนเดียว, โดยลำพัง
こんど	今度	คราวนี้, คราวหน้า, ครั้งต่อไป
ええ		ใช่, อือ (ภาษากันเอง)

～ とき、～		เมื่อ..., ตอน...

いいですね。		ดีจังเลยนะ
すみません。		ขอโทษ
ちょっと……。		คือว่า..., คงจะยาก
		(ใช้ปฏิเสธคำชักชวนทางอ้อม)

50

ほっかいどう	北海道	ฮอกไกโด
さっぽろ	札幌	ซัปโปโร
せんだい	仙台	เซนได
よこはま	横浜	โยโกฮาม่า
なごや	名古屋	นาโงย่า
きょうと	京都	เกียวโต
おおさか	大阪	โอซาก้า
ひろしま	広島	ฮิโรชิมา
べっぷ	別府	เบปปุ
おおさかじょう	大阪城	ปราสาทโอซาก้า
げんばくドーム	原爆ドーム	โดมปรมาณู
たなか まさお	田中　正男	ทานากะ มาซาโอะ

ไวยากรณ์

ประโยคที่ภาคแสดงเป็นคำกริยา 3 : 行(い)きます／来(き)ます／帰(かえ)ります

1. | わたしは ロンドンへ 行(い)きます。 | **ฉันไปลอนดอน**

●N(สถานที่)へ 行(い)きます／来(き)ます／帰(かえ)ります

1）へ เป็นคำช่วยชี้ทิศทางของการเคลื่อนที่ แปลว่า "ไปยัง" "มาที่" ใช้กับคำกริยาแสดงการเคลื่อนที่ เช่น いきます, きます และ かえります

คำช่วย へ ออกเสียงว่า え

2）どこへ ใช้ถามสถานที่ที่บุคคลกำลังจะไปหรือไปมาแล้ว แปลว่า "(ไป) ที่ไหน"

Ａ：どこへ 行(い)きますか。　จะไปที่ไหน
Ｂ：銀行(ぎんこう)へ 行(い)きます。　จะไปธนาคาร

2. | わたしは 3月(がつ)30日(にち)に 日本(にほん)へ 来(き)ました。 |

ฉันมาที่ญี่ปุ่นเมื่อวันที่ 30 มีนาคม

●N(เวลา)に 行(い)きます／来(き)ます／帰(かえ)ります

1）に เป็นคำช่วยชี้เวลาที่เป็นตัวเลข เช่น เมื่อวันที่ 30 มีนาคม

2）いつ เป็นคำแสดงคำถาม ใช้ถามเวลา แปลว่า "เมื่อไร"

3）に จะไม่ใช้กับคำศัพท์เกี่ยวกับเวลาที่ไม่มีตัวเลข เช่น あした, まいあさ หรือ いつ ฯลฯ

Ａ　：いつ 日本(にほん)へ 来(き)ましたか。　มาที่ญี่ปุ่นเมื่อไร
Ｂ１：3月(がつ)30日(にち)に 来(き)ました。　มาเมื่อวันที่ 30 มีนาคม
Ｂ２：去年(きょねん) 来(き)ました。　มาเมื่อปีที่แล้ว

―に	1時(じ)に　4月(がつ)に
~~―に~~	朝(あさ)　今日(きょう)　毎日(まいにち)　いつ

อย่างไรก็ตาม สามารถใช้ に กับวันในรอบสัปดาห์ เช่น にちようび ได้

3. | わたしは バスで 大使館へ 行きます。 | ฉันไปสถานทูตโดยรถประจำทาง

●**N(พาหนะ/วิธีการเดินทาง)で 行きます／来ます／帰ります**

1）で เป็นคำช่วยชี้วิธีการเดินทาง เช่น でんしゃで (โดยรถไฟ) ひこうきで (โดยเครื่องบิน) じてんしゃで (โดยจักรยาน) ฯลฯ แต่จะไม่ใช้ で กับ あるいて (เดินไป) ดังนั้น あるいてで จึงไม่ถูกต้อง

2）なんで ใช้ถามวิธีการเดินทาง

    A ：何で 大使館へ 行きますか。　ไปสถานทูตโดยอะไร
    B１：バスで 行きます。　ไปโดยรถประจำทาง
    B２：歩いて 行きます。　เดินไป

4. | わたしは 田中さんと 病院へ 行きます。 |

ฉันไปโรงพยาบาลกับคุณทานากะ

●**N(บุคคล)と V**

1）と เป็นคำช่วยชี้ว่าทำการกระทำหนึ่งด้วยกันกับบุคคลอื่นอีกคนหนึ่ง แปลว่า "กับ" "และ"

2）だれと ใช้ถามว่าทำการกระทำนั้นกับใคร

    A ：だれと 病院へ 行きますか。　จะไปโรงพยาบาลกับใคร
    B１：田中さんと 行きます。　จะไปกับคุณทานากะ
    B２：一人で 行きます。　จะไปคนเดียว

5. | 一緒に 昼ご飯を 食べませんか。 | กินข้าวกลางวันด้วยกันไหม

●**V ませんか**

1）V ませんか ใช้ชักชวนใครทำสิ่งใดสิ่งหนึ่ง แปลว่า "...ด้วยกันไหม" หรือ "ไม่...ด้วยกันเหรอ" สามารถทำเป็นรูป V ませんか ได้โดยนำ ませんか มาแทนที่ ます

    たべます → たべませんか
    いきます → いきませんか

2）การตอบรับคำชวนทำได้ด้วยวิธีต่อไปนี้

Ａ　：一緒(いっしょ)に 昼(ひる)ご飯(はん)を 食(た)べませんか。　กินข้าวกลางวันด้วยกันไหม
Ｂ１：ええ、いいですね。　อือ ก็ดีนะครับ/คะ
Ｂ２：すみません。ちょっと……。　ขอโทษนะครับ/คะ แต่...

Vますか เป็นคำถามที่ใช้ถามว่า บุคคลนั้นจะทำหรือไม่ทำสิ่งนั้น ไม่มีความหมายรวมถึงการชักชวน

6

① どこへも 行(い)きませんでした。　ไม่ได้ไปไหนเลย

どこへも (คำแสดงคำถาม ＋ คำช่วย ＋も) ＋ คำกริยารูปปฏิเสธ ใช้แสดงการปฏิเสธโดยสิ้นเชิง แปลว่า “ไม่...ที่ไหนเลย”

Ａ　：どこへ 行(い)きますか。　จะไปที่ไหน
Ｂ１：銀行(ぎんこう)へ 行(い)きます。　จะไปธนาคาร
Ｂ２：どこへも 行(い)きません。　ไม่ไปไหนเลย

ใช้คำช่วย も วางแทนที่คำช่วย を ซึ่งปกติจะวางหลังกรรมตรง เพื่อแสดงการปฏิเสธโดยสิ้นเชิง

Ａ　：何(なに)を 食(た)べますか。　จะกินอะไร
Ｂ１：ラーメンを 食(た)べます。　จะกินราเมน
Ｂ２：何(なに)も 食(た)べません。　ไม่กินอะไรเลย

คำศัพท์และข้อมูลทางวัฒนธรรม

日本の祝日 วันหยุดนักขัตฤกษ์ของญี่ปุ่น

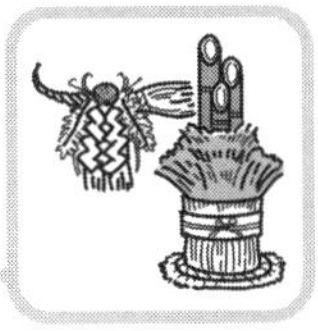

| 1月 | 1日 | 元日 | วันขึ้นปีใหม่ |
| | 第2月曜日* | 成人の日 | วันผู้บรรลุนิติภาวะ |

| 2月 | 11日 | 建国記念の日 | วันที่ระลึกการก่อตั้งประเทศ (วันชาติ) |
| | 23日 | 天皇誕生日 | วันเฉลิมพระชนมพรรษาสมเด็จพระจักรพรรดิ |

| 3月 | 20日ごろ | 春分の日 | วันเริ่มเข้าสู่ฤดูใบไม้ผลิ (วันวสันตวิษุวัต) |

| 4月 | 29日 | 昭和の日 | วันโชวะ |

5月	3日	憲法記念日	วันรัฐธรรมนูญ
	4日	みどりの日	วันพฤกษชาติ
	5日	こどもの日	วันเด็ก

ゴールデンウイーク

> **ゴールデンウイーク** โกลเด้นวีค
> วันหยุดยาวต่อเนื่องตั้งแต่วันที่ 29 เมษายนถึง 5 พฤษภาคมเรียกว่า "โกลเด้นวีค" ในช่วงนี้ตามสถานที่ท่องเที่ยวจะเต็มไปด้วยผู้คน

| 7月 | 第3月曜日** | 海の日 | วันทะเล |

| 8月 | 11日 | 山の日 | วันภูเขา |

| 9月 | 第3月曜日** | 敬老の日 | วันเคารพผู้สูงอายุ |
| | 23日ごろ | 秋分の日 | วันเริ่มเข้าสู่ฤดูใบไม้ร่วง (วันศารทวิษุวัต) |

| 10月 | 第2月曜日* | スポーツの日 | วันกีฬา |

| 11月 | 3日 | 文化の日 | วันวัฒนธรรม |
| | 23日 | 勤労感謝の日 | วันขอบคุณผู้ใช้แรงงาน |

*วันจันทร์ที่สองของเดือน **วันจันทร์ที่สามของเดือน

まとめ 1

คำศัพท์

りんご	แอปเปิล

まとめ	ข้อสรุป, บทสรุป
おやすみなさい。	ราตรีสวัสดิ์

7 รูปถ่ายสวยจังเลยนะ

บทสนทนา

หลิน : คุณมารี รูปถ่ายสวยจังเลยนะครับ เป็นรูปที่ไหนครับ

สมิท : รูปเมืองซิดนีย์ค่ะ

หลิน : อาคารสีขาวนี่คืออะไรครับ

สมิท : โอเปร่า เฮาส์ค่ะ เป็นอาคารที่มีชื่อเสียงมาก

หลิน : ซิดนีย์เป็นเมืองแบบไหนครับ

สมิท : เป็นเมืองที่สวยงามและครึกครื้นมากค่ะ

หลิน : อย่างนั้นเหรอครับ

７ คำศัพท์

はな	花	ดอกไม้
へや	部屋	ห้อง
アパート		อพาร์ตเมนต์
アニメ		การ์ตูนแอนิเมชั่น
たべもの	食べ物	อาหาร, ของกิน
せいかつ	生活	ความเป็นอยู่, การดำเนินชีวิต
やま	山	ภูเขา
うみ＊	海	ทะเล
バドミントン		แบดมินตัน
スポーツ		กีฬา
さくら	桜	ซากุระ
バナナ		กล้วย
まち	町	เมือง
ゲームソフト		ซอฟต์แวร์เกมคอมพิวเตอร์
コート		เสื้อโค้ท
ところ		สถานที่
もの		สิ่งของ
しゃしん	写真	รูปถ่าย, ภาพถ่าย
たてもの	建物	ตึก, อาคาร
おおきい	大きい	ใหญ่, โต
ちいさい	小さい	เล็ก
あたらしい	新しい	ใหม่
ふるい	古い	เก่า
おもしろい	面白い	สนุก, น่าสนใจ
たかい	高い	สูง, (ราคา) แพง
ひくい＊	低い	ต่ำ, เตี้ย
やすい	安い	(ราคา) ถูก
たのしい	楽しい	สนุกสนาน
いい		ดี
おいしい		อร่อย
むずかしい	難しい	ยาก
あおい	青い	สีน้ำเงิน

ひろい	広い	กว้าง
せまい＊	狭い	แคบ
くろい	黒い	สีดำ
しろい	白い	สีขาว
あかい＊	赤い	สีแดง
げんき［な］	元気［な］	แข็งแรง, กระปรี้กระเปร่า
しんせつ［な］	親切［な］	ใจดี, โอบอ้อมอารี
かんたん［な］	簡単［な］	ง่าย
きれい［な］		สวย, สะอาด, (ดนตรี) ไพเราะ
にぎやか［な］		ครึกครื้น, คึกคัก
しずか［な］	静か［な］	เงียบ, สงบ
べんり［な］	便利［な］	สะดวก
ゆうめい［な］	有名［な］	มีชื่อเสียง
たいへん［な］	大変［な］	ลำบาก
どう		อย่างไร
どんな		แบบไหน, อย่างไหน
どれ		อันไหน (จากสิ่งของ 3 สิ่งขึ้นไป)
あまり		ไม่ค่อย (ใช้กับประโยคปฏิเสธ)
とても		มาก
いちばん		...ที่สุด, อันดับหนึ่ง
そして		...และ... (ใช้เชื่อมประโยค), แล้วก็
～が、～。		...แต่...

オーストリア		ออสเตรีย
ふじさん	富士山	ภูเขาฟูจิ
ウィーン		เวียนนา
オペラハウス		โอเปร่า เฮาส์
テレサ		เทเรซ่า
いけいようし	い形容詞	คำคุณศัพท์ い
なけいようし	な形容詞	คำคุณศัพท์ な
けいようし＊	形容詞	คำคุณศัพท์
めいし＊	名詞	คำนาม
どうし＊	動詞	คำกริยา

7 ไวยากรณ์

ประโยคที่ภาคแสดงเป็นคำคุณศัพท์ 1 : ประโยคบอกเล่าและประโยคปฏิเสธที่ไม่ใช่อดีต (ปัจจุบัน, อนาคต)

1.

この パソコンは 新(あたら)しいです。	**คอมพิวเตอร์เครื่องนี้ใหม่**
この パソコンは 便利(べんり)です。	**คอมพิวเตอร์เครื่องนี้ใช้งานสะดวก**

● Nは [いA / なA] です

1) คำคุณศัพท์ในภาษาญี่ปุ่นมีอยู่ 2 ประเภท คือ คำคุณศัพท์ い (い A) และคำคุณศัพท์ な (な A) ที่เรียกเช่นนี้เนื่องจาก い และ な คืออักษรตัวสุดท้ายของคำคุณศัพท์แต่ละประเภทเมื่ออยู่ในรูปที่ใช้ขยายคำนาม ⇒ **3** อย่างไรก็ตาม な ในคำคุณศัพท์ な จะถูกตัดทิ้งเมื่อคำคุณศัพท์นั้นอยู่หน้า です

2) การผันคำคุณศัพท์ในภาษาญี่ปุ่น : มีทั้งรูปที่ไม่ใช่อดีต รูปอดีต รูปบอกเล่า และรูปปฏิเสธ

3) どう เป็นคำแสดงคำถาม ใช้ถามความคิดเห็นหรือความประทับใจของผู้ฟังที่มีต่อสิ่งใดสิ่งหนึ่ง แปลว่า “อย่างไร”

A：この パソコンは どうですか。　คอมพิวเตอร์เครื่องนี้เป็นอย่างไร
B：便利(べんり)です。　ใช้งานสะดวก

2.

ポンさんの 部屋(へや)は 広(ひろ)くないです。	**ห้องของคุณพลไม่กว้าง**
ポンさんの 部屋(へや)は きれいじゃ ありません。	**ห้องของคุณพลไม่สะอาด**

● Nは [いAくないです / なAじゃ ありません]

1) รูปปฏิเสธที่ไม่ใช่อดีตของคำคุณศัพท์ い คือ ―くないです
สามารถทำเป็นรูปนี้ได้โดยนำ くないです มาแทนที่ いです

いA	รูปบอกเล่าที่ไม่ใช่อดีต	รูปปฏิเสธที่ไม่ใช่อดีต
	ひろいです	ひろくないです
	あたらしいです	あたらしくないです
	*いいです	よくないです

A ：ポンさんの 部屋は 広いですか。　ห้องของคุณพลกว้างไหม
B１：はい、広いです。　กว้างครับ/ค่ะ
B２：いいえ、広くないです。　ไม่กว้างครับ/ค่ะ

2）รูปปฏิเสธที่ไม่ใช่อดีตของคำคุณศัพท์ な คือ —じゃありません
สามารถทำเป็นรูปนี้ได้โดยนำ じゃありません มาแทนที่ です

な A	รูปบอกเล่าที่ไม่ใช่อดีต	รูปปฏิเสธที่ไม่ใช่อดีต
	べんりです	べんりじゃありません
	きれいです	きれいじゃありません

A ：ポンさんの 部屋は きれいですか。　ห้องของคุณพลสะอาดไหม
B１：はい、きれいです。　สะอาดครับ/ค่ะ
B２：いいえ、きれいじゃ ありません。　ไม่สะอาดครับ/ค่ะ

3.
富士山は 高い 山です。　ภูเขาฟูจิเป็นภูเขาสูง
富士山は 有名な 山です。　ภูเขาฟูจิเป็นภูเขาที่มีชื่อเสียง

● N1 は A ＋ N2 です。

1）สามารถนำคำคุณศัพท์มาขยายคำนามได้โดยวางไว้หน้าคำนาม โดยคำคุณศัพท์ い จะมี い และคำคุณศัพท์ な จะมี な อยู่ระหว่างคำคุณศัพท์กับคำนามที่ขยาย

2）どんな เป็นคำแสดงคำถามที่วางไว้หน้าคำนามในรูป どんな N ใช้ถามสภาพ ประเภท หรือคุณลักษณะของสิ่งใดสิ่งหนึ่ง แปลว่า "...อย่างไหน" หรือ "...แบบไหน"

A ：富士山は どんな 山ですか。　ภูเขาฟูจิเป็นภูเขาแบบไหน
B１：高い 山です。　เป็นภูเขาสูง
B２：有名な 山です。　เป็นภูเขาที่มีชื่อเสียง

4.
リンさんの かばんは どれですか。　กระเป๋าของคุณหลินคือใบไหน

●どれ

どれ เป็นคำแสดงคำถาม ใช้ถามเพื่อให้ผู้ฟังเลือกของสิ่งหนึ่งจากของตั้งแต่ 2 สิ่งขึ้นไป แปลว่า "...ไหน"

A：リンさんの かばんは どれですか。　กระเป๋าของคุณหลินคือใบไหน
B：それです。その 大きい かばんです。　ใบนั้น กระเป๋าใบใหญ่ใบนั้น

7

① 漢字は あまり 難しくないです。　คันจิไม่ค่อยยาก

あまり เป็นคำกริยาวิเศษณ์บอกระดับ ใช้ขยายคำคุณศัพท์หรือคำกริยาในประโยคปฏิเสธ

漢字は 難しいです。　คันจิยาก
漢字は あまり 難しくないです。　คันจิไม่ค่อยยาก

② わたしの アパートは 広いです。そして、きれいです。

อพาร์ตเมนต์ของฉันกว้างและสะอาด

そして เป็นคำเชื่อม (คำสันธาน) ใช้เชื่อมประโยค 2 ประโยคเข้าด้วยกัน แปลว่า "และ"

③ わたしの アパートは 広いですが、きれいじゃ ありません。

อพาร์ตเมนต์ของฉันกว้างแต่ไม่สะอาด

が เป็นคำช่วยเชื่อมประโยค ใช้เชื่อมประโยค 2 ประโยคให้เป็นประโยคเดียว แปลว่า "แต่"

④ きれいな 写真ですね。　รูปถ่ายสวยจังเลยนะ

ね เป็นคำช่วยจบประโยค ใช้เมื่อผู้พูดคาดว่าผู้ฟังน่าจะรู้สึกเหมือนหรือเห็นด้วยกับตน

คำศัพท์และข้อมูลทางวัฒนธรรม

世界遺産 มรดกโลก
せかいいさん

万里の長城
ばんり ちょうじょう
(中国)
ちゅうごく

タージ・マハル
(インド)

アンコールワット
(カンボジア)

金閣寺
きんかくじ
(日本)
にほん

自由の女神
じゆう めがみ
(アメリカ)

ピサの斜塔
しゃとう
(イタリア)

ベルサイユ宮殿
きゅうでん
(フランス)

ピラミッド
(エジプト)

オペラハウス
(オーストラリア)

8 ภูเขาฟูจิอยู่ตรงไหน

บทสนทนา

ชาติชาย : อาจารย์ครับ ภูเขาฟูจิอยู่ตรงไหนครับ
ซูซูกิ : ตรงนี้ค่ะ
ชาติชาย : ไม่ค่อยไกลจากโตเกียวเท่าไรนะครับ
อาจารย์ไปภูเขาฟูจิมาแล้วใช่ไหมครับ
ซูซูกิ : ค่ะ ไปกับเพื่อนเมื่อปีที่แล้ว
ชาติชาย : เหรอครับ
ซูซูกิ : มีสัตว์เยอะแยะเลยค่ะ
ชาติชาย : จริงเหรอครับ
ซูซูกิ : บนภูเขามีร้านขายของฝากแล้วก็ร้านอาหาร
ที่ทำการไปรษณีย์ก็มีนะ
ชาติชาย : อย่างนั้นเหรอครับ

คำศัพท์

8

おとこの こ	男の 子	เด็กผู้ชาย
おとこの ひと	男の 人	ผู้ชาย
おとこ＊	男	ผู้ชาย
おんなの こ	女の 子	เด็กผู้หญิง
おんなの ひと	女の 人	ผู้หญิง
おんな＊	女	ผู้หญิง
こども	子供	เด็ก, ลูก
いぬ	犬	สุนัข
き	木	ต้นไม้
じどうはんばいき	自動販売機	ตู้ขายของอัตโนมัติ
ねこ	猫	แมว
はこ	箱	กล่อง
つくえ	机	โต๊ะเรียน, โต๊ะทำงาน
パジャマ		ชุดนอน
ピアノ		เปียโน
ベッド		เตียง
テスト		การทดสอบ
テーブル		โต๊ะ (รับประทานอาหาร)
こうばん	交番	ป้อมตำรวจ
バスてい	バス停	ป้ายรถประจำทาง, ป้ายรถเมล์
ポスト		ตู้ไปรษณีย์
でんわ	電話	โทรศัพท์
ロッカー		ตู้ล็อกเกอร์
エレベーター		ลิฟต์
いす		เก้าอี้
にしぐち	西口	ประตูฝั่งทิศตะวันตก
ひがしぐち＊	東口	ประตูฝั่งทิศตะวันออก
みなみぐち＊	南口	ประตูฝั่งทิศใต้
きたぐち＊	北口	ประตูฝั่งทิศเหนือ
きょうかい	教会	โบสถ์
みずうみ	湖	ทะเลสาบ
つり	釣り	การตกปลา
どうぶつ	動物	สัตว์
（お）みやげ	（お）土産	ของฝาก
みせ	店	ร้านค้า
うえ	上	ข้างบน, บน, เหนือ

65

した	下	ข้างล่าง, ล่าง, ใต้
まえ	前	ข้างหน้า
うしろ	後ろ	ข้างหลัง
なか	中	ข้างใน, ใน
そと＊	外	ข้างนอก, นอก
よこ	横	ด้านข้าง, ข้าง ๆ
となり	隣	ข้าง ๆ, ข้างเคียง
あいだ	間	ระหว่าง
ちかく	近く	ใกล้ๆ
あります　Ⅰ		มี, อยู่ (ใช้กับสิ่งไม่มีชีวิตและพืช)
います　Ⅱ		มี, อยู่ (ใช้กับสิ่งมีชีวิต)
うたいます　Ⅰ	歌います	ร้อง (เพลง)
おどります　Ⅰ	踊ります	เต้นรำ
とおい	遠い	ไกล
ちかい＊	近い	ใกล้
いそがしい＊	忙しい	(งาน) ยุ่ง
ひま[な]	暇[な]	ว่าง
ひとり	1人	1 คน
ふたり	2人	2 คน
―にん	―人	...คน
なんにん	何人	กี่คน
たくさん		จำนวนมาก, เยอะ
ええと		เอ่อ...
へえ		โห !, เหรอ !
		(แสดงความชื่นชมหรือประหลาดใจ)
～や ～		...และ...
～ですか。		ใช้ลงท้ายประโยคเพื่อแสดงคำถามหรือ
		ยืนยันคำพูดก่อนหน้าของอีกฝ่าย
どうも ありがとう		ขอบคุณมากครับ/ค่ะ
ございました。		
わかりました。	分かりました。	เข้าใจแล้ว, รับทราบแล้ว
また あした。		เจอกันพรุ่งนี้

カナダ		แคนาดา
みどりえき	みどり駅	สถานีรถไฟมิโดริ

ไวยากรณ์

การแสดงการมีอยู่

1. | あそこに スーパーが あります。 | **มีซูเปอร์มาร์เกตอยู่ตรงโน้น** |
あそこに 田中さんが います。 | **คุณทานากะอยู่ตรงโน้น**

● N1(สถานที่)に N2が あります／います

1）คำกริยา あります และ います ใช้แสดงการมีอยู่ของสิ่งของหรือบุคคล แปลว่า “มี” “อยู่” あります ใช้กับสิ่งไม่มีชีวิต เช่น ซูเปอร์มาร์เกต หนังสือ ฯลฯ และพืช ส่วน います ใช้กับสิ่งมีชีวิต เช่น คนหรือสัตว์
คำช่วย が ชี้ N2 ซึ่งเป็นประธานของประโยค

2）คำช่วย に ชี้คำนามแสดงสถานที่ (N1)

3）なにが ใช้ถามถึงสิ่งไม่มีชีวิตหรือสัตว์ ส่วน だれが ใช้ถามถึงบุคคล

A：あそこに 何が ありますか。　มีอะไรอยู่ตรงโน้น
B：地図が あります。　มีแผนที่

A：あそこに だれが いますか。　มีใครอยู่ตรงโน้น
B：田中さんが います。　คุณทานากะ

2. 駅の 前に 銀行が あります。 **มีธนาคารอยู่หน้าสถานีรถไฟ**

● N1の N2(ตำแหน่งที่ตั้ง)

คำแสดงตำแหน่งที่ตั้งใช้เพื่อบรรยายตำแหน่งอย่างละเอียดหรือเฉพาะเจาะจง คำนามตัวหลัง (N2) คือคำแสดงตำแหน่งที่ตั้ง เช่น まえ (หน้า) うしろ (หลัง) よこ (ข้าง) ฯลฯ
ลำดับของคำในประโยคคือ N1 (คำนามหลัก) ＋ に ＋ N2 (คำแสดงตำแหน่งที่ตั้ง)

A：駅の 前に 何が ありますか。　มีอะไรตั้งอยู่หน้าสถานีรถไฟ
B：銀行が あります。　มีธนาคาร

3. リンさんは ロビーに います。 **คุณหลินอยู่ที่ล็อบบี้**

● N1は N2(สถานที่)に います／あります

1）รูปประโยคนี้ใช้ระบุตำแหน่งหรือที่อยู่ของ N1 ซึ่งเป็นหัวเรื่อง และชี้หัวเรื่องด้วยคำช่วย は

2）どこに ใช้ถามตำแหน่งหรือที่อยู่ของบุคคลหรือสิ่งของ

A：リンさんは どこに いますか。　คุณหลินอยู่ที่ไหน
B：ロビーに います。　อยู่ที่ล็อบบี้

4. あそこに 学生(がくせい)が ４人(にん) います。 **มีนักเรียนอยู่ตรงโน้น 4 คน**

● N(บุคคล)が ー人(にん) います

1）ーにん เป็นลักษณนามใช้นับจำนวนคน

2）なんにん ใช้ถามจำนวนคน

A：あそこに 学生(がくせい)が 何人(なんにん) いますか。 มีนักเรียนอยู่ตรงโน้นกี่คน
B：４人(にん) います。 มีอยู่ 4 คน

5. 一緒(いっしょ)に 歌(うた)いましょう。 **มาร้องเพลงด้วยกันเถอะ**

● Vましょう

V ましょう ใช้ชักชวนให้ผู้ฟังทำสิ่งใดสิ่งหนึ่งด้วยกันกับผู้พูด และใช้ตอบรับคำชวนได้ด้วย สามารถทำเป็นรูป Vましょう ได้โดยนำ ましょう มาแทนที่ ます การใช้ Vましょう จะให้ความรู้สึกเชิงบวกและแข็งขันกว่า ในขณะที่ Vませんか จะนุ่มนวลกว่าและสื่อว่าผู้พูดคำนึงถึงความตั้งใจหรือความปรารถนาของผู้ฟังด้วย ⇒ บทที่ 6-**5**

---

① 花屋(はなや)の 隣(となり)に ありますよ。 อยู่ข้าง ๆ ร้านขายดอกไม้ไง
よ เป็นคำช่วยจบประโยค ใช้บอกเล่าข้อมูลที่ผู้ฟังไม่รู้ให้ได้รับรู้

② 花屋(はなや)の 隣(となり)ですね。 ข้าง ๆ ร้านขายดอกไม้ใช่ไหม
ね เป็นคำช่วยจบประโยค ใช้เมื่อผู้พูดต้องการถามเพื่อยืนยันข้อมูลที่ได้ยินมา

③ 町(まち)に 古(ふる)い 教会(きょうかい)や きれいな 公園(こうえん)が あります。
มีพวกโบสถ์เก่าและสวนสาธารณะที่สวยงามอยู่ในเมือง
คำช่วย や ใช้เชื่อมคำนาม 2 คำเข้าด้วยกัน เพื่อแสดงตัวอย่างบางส่วนจากตัวอย่างหลาย ๆ ตัวอย่าง โดยคำช่วย と จะใช้แจกแจงทุกตัวอย่างที่มี ในขณะที่ や จะมีนัยแฝงว่ายังมีอย่างอื่นนอกเหนือจากตัวอย่างที่กล่าวมา ⇒ บทที่ 4-②

どうもありがとうございました ใช้แสดงความรู้สึกขอบคุณของผู้พูดเมื่อใครทำสิ่งใดสิ่งหนึ่งให้ สำนวนนี้นิยมใช้จบบทสนทนา

คำศัพท์และข้อมูลทางวัฒนธรรม

自然 ธรรมชาติ

9 ชอบกีฬาประเภทไหน

บทสนทนา

คิมุระ : เวลาว่าง คุณโฮเซดูรายการโทรทัศน์ประเภทไหนคะ
การ์โลส : ดูรายการกีฬาครับ
คิมุระ : แล้วชอบกีฬาประเภทไหนคะ
การ์โลส : ชอบฟุตบอลครับ คุณคิมุระดูฟุตบอลไหม
คิมุระ : ไม่ค่ะ ไม่ดูเลย เพราะไม่รู้กติกาน่ะค่ะ
การ์โลส : อย่างนั้นเหรอครับ สนุกนะครับ

คำศัพท์

すし		ซูชิ
やきゅう	野球	เบสบอล
まんが	漫画	การ์ตูน, หนังสือการ์ตูน
そうじ	掃除	การทำความสะอาด
せんたく＊	洗濯	การซักผ้า
え	絵	รูปภาพ, รูปวาด
うた	歌	เพลง
えいご	英語	ภาษาอังกฤษ
かたかな	片仮名	อักษรคาตากานะ
ひらがな＊	平仮名	อักษรฮิรางานะ
アナウンス		ประกาศ, การประกาศ
ルール		กฎระเบียบ, กฎเกณฑ์
まど	窓	หน้าต่าง
かいもの	買い物	การซื้อของ, ช็อปปิ้ง
てんき	天気	สภาพอากาศ (ในแต่ละวัน)
あめ	雨	ฝน
ちゅうしゃ	注射	การฉีดยา
じかん	時間	เวลา
つうやく	通訳	การเป็นล่ามแปล, ล่าม
デート		การออกเดท
やくそく	約束	นัดหมาย, สัญญา
やまのぼり	山登り	การปีนเขา
ドラマ		ละคร
りょこう	旅行	การท่องเที่ยว
ゴルフ		กอล์ฟ
きょうし	教師	ครู, อาจารย์
モデル		นางแบบ, นายแบบ
べんごし	弁護士	ทนายความ
せんしゅ	選手	นักกีฬา
サッカーせんしゅ	サッカー選手	นักฟุตบอล
ミュージシャン		นักดนตรี

9

ばんぐみ	番組	รายการ
テレビばんぐみ	テレビ番組	รายการโทรทัศน์
おとうさん	お父さん	คุณพ่อ (ของผู้อื่น)
おかあさん	お母さん	คุณแม่ (ของผู้อื่น)
おにいさん	お兄さん	พี่ชาย (ของผู้อื่น)
おねえさん	お姉さん	พี่สาว (ของผู้อื่น)
おとうとさん	弟さん	น้องชาย (ของผู้อื่น)
いもうとさん	妹さん	น้องสาว (ของผู้อื่น)
ちち	父	พ่อ (ของฉัน)
はは	母	แม่ (ของฉัน)
あに	兄	พี่ชาย (ของฉัน)
あね	姉	พี่สาว (ของฉัน)
おとうと	弟	น้องชาย (ของฉัน)
いもうと	妹	น้องสาว (ของฉัน)
(ご)かぞく	(ご)家族	ครอบครัว (ของผู้อื่น)
(ご)りょうしん	(ご)両親	คุณพ่อคุณแม่ (ของผู้อื่น)
かきます[えを～]　I	かきます[絵を～]	วาด [รูป]
わかります　I	分かります	เข้าใจ, รับทราบ
あけます　II	開けます	เปิด
さんぽします　III	散歩します	เดินเล่น
あります　I		มี (เวลา, นัด)
おみあいします　III	お見合いします	ดูตัว
あまい	甘い	หวาน
からい*	辛い	เผ็ด
あつい	暑い	(อากาศ) ร้อน
さむい*	寒い	(อากาศ) หนาว
ねむい	眠い	ง่วงนอน
すき[な]	好き[な]	ชอบ
きらい[な]	嫌い[な]	ไม่ชอบ, เกลียด
じょうず[な]	上手[な]	เก่ง
へた[な] *	下手[な]	ไม่เก่ง
ざんねん[な]	残念[な]	น่าเสียดาย, เสียใจ

どうして		ทำไม
すこし	少し	นิดหน่อย, เล็กน้อย
だいたい		ส่วนมาก, โดยทั่วไป, โดยประมาณ
よく		ดี, อย่างดี, มาก
ぜんぜん	全然	ไม่...เลย (ใช้กับประโยคปฏิเสธ)
はやく	早く	เร็ว, ไว
うーん		เอ่อ..., อืม...
～から、～		...เพราะ...
どうしてですか。		ทำไมถึงเป็นเช่นนั้น
そうですね。		อืม..., นั่นสินะ (ใช้พูดแสดงการรับรู้ ขณะกำลังคิดหรือพิจารณาเรื่อง บางอย่างอยู่)
よろしく おねがい します。	よろしく お願い します。	ขอขอบพระคุณล่วงหน้า, ขอฝากเนื้อฝากตัวด้วย

スペイン	สเปน
さゆり	ซายูริ
えり	เอริ
ともみ	โทโมมิ
あきら	อากิระ
ひろし	ฮิโรชิ

9

ไวยากรณ์

ประโยคที่คำช่วย が ทำหน้าที่ชี้กรรม

1. | わたしは 映画(えいが)が 好(す)きです。 | ฉันชอบภาพยนตร์ |
|---|---|

● N が 好(す)きです／嫌(きら)いです／上手(じょうず)です／下手(へた)です

1）すきです, きらいです, じょうずです และ へたです เป็นคำคุณศัพท์ な ที่ต้องมีกรรมมารองรับ โดยใช้คำช่วย が ชี้กรรมของคำคุณศัพท์เหล่านี้

2）どんな ใช้ถามชื่อที่เฉพาะเจาะจงของสิ่งใดสิ่งหนึ่งจากหลาย ๆ สิ่งซึ่งจัดอยู่ในกลุ่มหรือประเภทเดียวกัน แปลว่า “...แบบไหน”

A：どんな スポーツが 好(す)きですか。　ชอบกีฬาแบบไหน
B：テニスが 好(す)きです。　ชอบเทนนิส

2. | わたしは 韓国語(かんこくご)が 分(わ)かります。 | ฉันเข้าใจภาษาเกาหลี |
|---|---|

● N が 分(わ)かります

คำช่วย が ใช้ชี้กรรมของ わかります

3. | 簡単(かんたん)ですから、分(わ)かります。 | เพราะง่าย จึงเข้าใจ |
|---|---|

● S1 から、S2

から เป็นคำช่วยเชื่อมประโยค ใช้เชื่อมประโยค 2 ประโยคให้เป็นประโยคเดียว แปลว่า “เพราะว่า” โดย S1 อธิบายเหตุผลของ S2

4. | A：どうして 大(おお)きい ケーキを 買(か)いますか。
B：リンさんの 誕生日(たんじょうび)ですから。 | ทำไมจะซื้อเค้กก้อนใหญ่
เพราะเป็นวันเกิดของคุณหลิน |
|---|---|

●どうして S か

どうして เป็นคำแสดงคำถาม ใช้ถามเหตุผลของบางสิ่งบางอย่าง แปลว่า “ทำไม” การตอบคำถามลักษณะนี้ทำได้โดยวาง から ต่อท้ายประโยคเพื่อแสดงเหตุผล

① 時間(じかん)が あります。　มีเวลา

あります ในประโยคนี้หมายถึง “มี” หรือ “เป็นเจ้าของ” โดยมีคำช่วย が ทำหน้าที่ชี้กรรม

約束(やくそく)が あります。　มีนัด
お金(かね)が あります。　มีเงิน

お見合(みあ)いしませんか。　ทำไมไม่ไปดูตัวล่ะ...
Vませんか ใช้เมื่อผู้พูดจะแนะนำให้ผู้ฟังทำอะไรบางอย่างได้ด้วยเช่นกัน

คำกริยาวิเศษณ์ต่อไปนี้ทำหน้าที่ขยายคำกริยาและคำคุณศัพท์ และแสดงแนวโน้มหรือระดับของบางสิ่งบางอย่าง

よく	(80-90%)	+ รูปบอกเล่า
だいたい	(50-80%)	
少(すこ)し	(30%)	
あまり	(20%)	+ รูปปฏิเสธ
全然(ぜんぜん)	(0%)	

เปอร์เซ็นต์ข้างต้นเป็นเพียงการประมาณ

คำศัพท์และข้อมูลทางวัฒนธรรม

スポーツ・映画（えいが）・音楽（おんがく）　กีฬา ภาพยนตร์ และดนตรี

1. スポーツ　กีฬา

サッカー

ラグビー

野球（やきゅう）

クリケット

バレーボール

バスケットボール

ピンポン／卓球（たっきゅう）

ボウリング

サーフィン

スノーボード

スキー

スケート

2. 映画（えいが）　ภาพยนตร์

ミステリー　ภาพยนตร์แนวลึกลับ ฆาตกรรม　ラブストーリー　ภาพยนตร์รักโรแมนติก
アニメ　ภาพยนตร์การ์ตูน, การ์ตูนแอนิเมชั่น　サスペンス　ภาพยนตร์ระทึกขวัญ
ミュージカル　ภาพยนตร์เพลง　コメディー　ภาพยนตร์ตลก
ファンタジー　ภาพยนตร์แฟนตาซี　ドキュメンタリー　ภาพยนตร์สารคดี
ホラー　ภาพยนตร์สยองขวัญ

3. 音楽（おんがく）　ดนตรี

クラシック　เพลงคลาสสิก　ロック　เพลงร็อก　ラップ　เพลงแร็พ
ジャズ　เพลงแจ๊ซ　Ｊ（ジェー）-ポップ　เพลงเจป๊อป (เพลงป๊อปญี่ปุ่น)
演歌（えんか）　เพลงลูกทุ่งญี่ปุ่น

10 ฉันเรียนวิธีชงชาจากคุณวาตานาเบะ

บทสนทนา

คิม : คุณทอม ชาถ้วยนั้นเป็นอย่างไรคะ
จอร์แดน : อร่อยครับ ผมเพิ่งเคยดื่มเป็นครั้งแรก
เรียนวิธีชงที่ญี่ปุ่นเหรอครับ
คิม : ค่ะ เรียนจากคุณวาตานาเบะค่ะ
จอร์แดน : เหรอครับ
คิม : ส่วนฉันก็สอนวิธีทำอาหารเกาหลีให้คุณวาตานาเบะค่ะ
จอร์แดน : คุณคิมกับคุณวาตานาเบะนี่เป็นเพื่อนที่ดีนะครับ

คำศัพท์

プレゼント		ของขวัญ
カード		การ์ด, บัตรอวยพร
えはがき	絵はがき	โปสการ์ด
せんぱい	先輩	รุ่นพี่
こうはい*	後輩	รุ่นน้อง
おちゃ	お茶	ชา
ネックレス		สร้อยคอ
ネクタイ		เนกไท
シャツ		เสื้อเชิ้ต
おっと	夫	สามี (ของฉัน)
(ご)しゅじん	(ご)主人	สามี (ของผู้อื่น)
つま	妻	ภรรยา (ของผม)
おくさん	奥さん	ภรรยา (ของผู้อื่น)
こどもさん*	子供さん	ลูก (ของผู้อื่น)
せっけん	石けん	สบู่
みかん		ส้ม
(ご)ちゅうもん	(ご)注文	การสั่ง (อาหาร สินค้า ฯลฯ)
サンドイッチ		แซนด์วิช
スパゲティ		สปาเกตตี
ステーキ		สเต๊ก
はし		ตะเกียบ
スプーン		ช้อน
ナイフ		มีด (รับประทานอาหาร)
フォーク		ส้อม
て	手	มือ
レポート		รายงาน
こうくうびん	航空便	ไปรษณีย์อากาศ
にもつ	荷物	สัมภาระ, พัสดุ
かきとめ	書留	ไปรษณีย์ลงทะเบียน
いろ	色	สี
セーター		เสื้อสเวตเตอร์
クラス		ชั้นเรียน
かします Ⅰ	貸します	ให้ยืม
あげます Ⅱ		ให้

おしえます　Ⅱ	教えます	สอน
おくります　Ⅰ	送ります	ส่ง
かけます[でんわを　〜]　Ⅱ	かけます［電話を〜］	โทรศัพท์, พูด [โทรศัพท์]
かります　Ⅱ	借ります	ขอยืม
ならいます　Ⅰ	習います	เรียน (โดยมีผู้สอน)
もらいます　Ⅰ		ได้รับ
します　Ⅲ		เลือก..., ตัดสินใจว่าจะ... (สิ่งใดสิ่งหนึ่ง + に)
はなします　Ⅰ	話します	พูด, คุย
すてき[な]		ดูดี, ดีเยี่ยม
ひとつ	1つ	1 อัน, 1 ชิ้น (ใช้นับสิ่งของ)
ふたつ	2つ	2 อัน, 2 ชิ้น
みっつ	3つ	3 อัน, 3 ชิ้น
よっつ	4つ	4 อัน, 4 ชิ้น
いつつ	5つ	5 อัน, 5 ชิ้น
むっつ	6つ	6 อัน, 6 ชิ้น
ななつ	7つ	7 อัน, 7 ชิ้น
やっつ	8つ	8 อัน, 8 ชิ้น
ここのつ	9つ	9 อัน, 9 ชิ้น
とお	10	10 อัน, 10 ชิ้น
いくつ		กี่อัน, กี่ชิ้น, (จำนวน) เท่าไร
―だい	―台	...คัน, ...เครื่อง (ลักษณนามของรถยนต์ เครื่องจักร ฯลฯ)
なんだい＊	何台	กี่คัน, กี่เครื่อง
―まい	―枚	...แผ่น, ...ใบ (ลักษณนามของสิ่งที่แบนหรือบาง เช่น กระดาษ แสตมป์ ฯลฯ)
なんまい＊	何枚	กี่แผ่น, กี่ใบ
また		อีก, อีกครั้ง
はじめて	初めて	เป็นครั้งแรก
〜を　おねがいします。	〜を　お願いします。	ขอ...
いらっしゃいませ。		ยินดีต้อนรับ (พนักงานใช้กล่าวต้อนรับลูกค้า)
〜に　よろしく。		ฝากความคิดถึงถึง...

10

ไวยากรณ์

ประโยคที่ภาคแสดงเป็นคำกริยา 4 : คำกริยาที่มีกรรมรอง + に

1. わたしは 友達(ともだち)に 傘(かさ)を 貸(か)しました。 **ฉันให้เพื่อนยืมร่ม**

●N1(บุคคล)に N2(บางสิ่งบางอย่าง)を V

1）ผู้รับการกระทำหรือกรรมรองของคำกริยา かします, あげます, おしえます และ おくります จะชี้ด้วยคำช่วย に แปลว่า “ผู้พูดให้ยืม ให้ สอน หรือส่งบางสิ่งบางอย่างให้”

2）だれに ใช้ถามถึงผู้รับการกระทำ

A：だれに かさを 貸(か)しましたか。 ให้ใครยืมร่ม
B：友達(ともだち)に 貸(か)しました。 ให้เพื่อนยืม

2. わたしは マリーさんに 辞書(じしょ)を 借(か)りました。

ฉันขอยืมพจนานุกรมจากคุณมารี

●N1(บุคคล)に N2(บางสิ่งบางอย่าง)を V

1）คำกริยา かります, もらいます และ ならいます ใช้พูดจากมุมของผู้รับการกระทำ โดยชี้ผู้ให้การกระทำด้วยคำช่วย に ซึ่งแปลว่า “จาก”

2）だれに ใช้ถามถึงผู้ให้การกระทำ

A：だれに 辞書(じしょ)を 借(か)りましたか。 ขอยืมพจนานุกรมจากใคร
B：マリーさんに 借(か)りました。 ขอยืมจากคุณมารี

3. りんごを 7(なな)つ 買(か)いました。 **ซื้อแอปเปิลมา 7 ลูก**

●N を จำนวน + ลักษณนาม V

1）ลักษณนาม ひとつ, ふたつ, …とお ใช้นับจำนวนสิ่งของหรือบางสิ่งบางอย่าง เช่น แอปเปิล กุญแจ เก้าอี้ ฯลฯ ตั้งแต่ 1 ถึง 10

2）いくつ เป็นคำแสดงคำถาม ใช้ถามจำนวนสิ่งของ แปลว่า “กี่” “เท่าไร”

A：りんごを いくつ 買(か)いましたか。 ซื้อแอปเปิลมากี่ลูก
B：7(なな)つ 買(か)いました。 ซื้อมา 7 ลูก

4. はし で すし を 食べます。 กินซูชิด้วยตะเกียบ

●N で V

1）คำช่วย で แสดงวิธีการหรือเครื่องมือที่ใช้ทำบางสิ่งบางอย่าง

2）なんで ใช้ถามวิธีการว่าทำสิ่งนั้นด้วยอะไร

A：何で すし を 食べますか。 กินซูชิด้วยอะไร

B：はし で 食べます。 กินด้วยตะเกียบ

10

⋯⋯⋯⋯⋯⋯⋯⋯⋯⋯⋯⋯⋯⋯⋯⋯⋯⋯⋯⋯⋯⋯⋯⋯⋯⋯⋯⋯⋯⋯

① わたし は コーヒー と ケーキ に します。 ฉันจะเอากาแฟกับเค้ก

N に します แสดงการตัดสินใจเลือกอย่างใดอย่างหนึ่งจากตัวเลือกหลายๆตัวเลือก ในประโยค
คำถามจะใช้คำแสดงคำถาม なん, いつ, どこ หรือ だれ ก็ขึ้นอยู่กับว่าตัวเลือกที่ต้อง
ตัดสินใจเลือกเป็นสิ่งของ เวลา หรือสถานที่

＜ที่ร้านอาหาร＞

A：何に しますか。 รับอะไรดีครับ/คะ

B：コーヒー と ケーキに します。 ขอกาแฟกับเค้กครับ/ค่ะ

81

คำศัพท์และข้อมูลทางวัฒนธรรม

お祝い（いわ）・お年玉（としだま）・お見舞い（みま）

การแสดงความยินดี เงินปีใหม่ และการไปเยี่ยมคนป่วย

10

1. お祝い（いわ） การแสดงความยินดี

ご（入学（にゅうがく））おめでとう ございます。
ยินดีด้วย (ที่เข้ามหาวิทยาลัยหรือโรงเรียนได้)

卒業（そつぎょう） การสำเร็จการศึกษา
結婚（けっこん） การแต่งงาน
就職（しゅうしょく） การเข้าทำงาน, การได้งานทำ
出産（しゅっさん） การคลอดบุตร

2. お年玉（としだま） เงินปีใหม่

あけまして おめでとう ございます。
สวัสดีปีใหม่, สุขสันต์วันปีใหม่

3. お見舞い（みま） การไปเยี่ยมคนป่วย

お大事（だいじ）に。
ขอให้หายป่วยโดยเร็ว

ของขวัญแสดงความยินดีจะให้เป็นเงินหรือสิ่งของก็ได้ ระยะหลัง ๆ นี้ผู้คนนิยมส่งของขวัญโดยใช้บริการส่งถึงบ้าน หากผู้รับได้รับของขวัญแล้วก็ควรโทรศัพท์หรือเขียนการ์ดไปขอบคุณผู้ส่ง และเป็นธรรมเนียมว่าเมื่อผู้รับได้พบกับผู้ส่งโดยตรงหลังจากนั้น จะต้องกล่าวขอบคุณผู้ส่งสำหรับของขวัญที่ตนได้รับอีกครั้งด้วย

11 โตเกียวกับโซล ที่ไหนหนาวกว่ากัน

บทสนทนา

จอร์แดน : คุณคิม โซลเป็นเมืองแบบไหนครับ
คิม : เป็นเมืองที่สวยงามและอาหารอร่อยค่ะ
         แต่ฤดูหนาวอากาศหนาว
จอร์แดน : โตเกียวกับโซล ที่ไหนหนาวกว่ากันครับ
คิม : โซลหนาวกว่ามากค่ะ
จอร์แดน : จริงเหรอครับ เดือนไหนหนาวที่สุดครับ
คิม : เดือนกุมภาพันธ์หนาวที่สุดค่ะ
จอร์แดน : คุณคิมเล่นกีฬาฤดูหนาวหรือเปล่าครับ
คิม : ไม่ค่ะ เพราะฉันชอบอยู่ในห้องอุ่นๆมากกว่า

83

คำศัพท์

11

はな	鼻	จมูก
め	目	ตา
くび	首	คอ
あし	足	ขา, เท้า
みみ	耳	หู
せ	背	หลัง, ส่วนสูง
あたま	頭	หัว, ศีรษะ
かお＊	顔	ใบหน้า
くち＊	口	ปาก
からだ＊	体	ร่างกาย
りゅうがくせい	留学生	นักเรียนแลกเปลี่ยน, นักเรียนต่างชาติ
けいざい	経済	เศรษฐกิจ
～がくぶ	～学部	คณะ...
けいざいがくぶ	経済学部	คณะเศรษฐศาสตร์
かんきょう	環境	สิ่งแวดล้อม
がくひ	学費	ค่าเล่าเรียน
キャンパス		พื้นที่ของมหาวิทยาลัย, วิทยาเขต
れきし	歴史	ประวัติศาสตร์
しごと	仕事	งาน
てんぷら	天ぷら	เทมปุระ
とんカツ	豚カツ	หมูชุบแป้งและเกล็ดขนมปังทอด
のみもの	飲み物	เครื่องดื่ม
いちご		สตรอเบอร์รี่
すいか		แตงโม
メロン		เมลอน
じゅうどう	柔道	ยูโด
スケート		สเกต
いちねん	1年	1 ปี
はる	春	ฤดูใบไม้ผลิ
なつ	夏	ฤดูร้อน
あき	秋	ฤดูใบไม้ร่วง
ふゆ	冬	ฤดูหนาว
どくしん	独身	โสด, ยังไม่แต่งงาน
マンション		แมนชั่น
ちゅうしゃじょう	駐車場	ลานจอดรถ

おおい	多い	มาก, เยอะ
すくない＊	少ない	น้อย
ながい	長い	ยาว
みじかい	短い	สั้น
あたたかい	暖かい	(อากาศ) อบอุ่น
すずしい＊	涼しい	(อากาศ) เย็นสบาย
あかるい	明るい	สว่าง, ร่าเริง
くらい＊	暗い	มืด, หมองเศร้า
やさしい	優しい	ใจดี
はやい	速い	เร็ว
おそい＊	遅い	ช้า, สาย
うるさい		หนวกหู, น่ารำคาญ
たいせつ[な]	大切[な]	สำคัญ
まじめ[な]		เอาจริงเอาจัง, เป็นการเป็นงาน
—ねん	—年	ปี...
なんねん＊	何年	ปีอะไร
—へいほうメートル	—平方メートル	...ตารางเมตร
（㎡）		
どちら		อันไหน (ระหว่างสิ่งของ 2 สิ่ง)
どちらも		ทั้งคู่, อันไหนก็
ずっと		อย่างมาก, มากทีเดียว, โดยตลอด
でも		แต่

きゅうしゅう	九州	คิวชู
マニラ		มะนิลา
パリ		ปารีส
なら	奈良	นาระ
ソウル		โซล
さくらマンション		แมนชั่นซากุระ
みどりアパート		อพาร์ตเมนต์มิโดริ

85

ไวยากรณ์

การเปรียบเทียบ

1.
> 東京 は 人 が 多いです。　　**โตเกียวคนเยอะ**

● N1 は N2 が A

รูปประโยคนี้ใช้อธิบายคุณลักษณะของสิ่งของหรือบุคคลหนึ่ง คำช่วย は ชี้ N1 ซึ่งเป็นหัวเรื่อง โดย N2 が A เป็นส่วนที่อธิบายคุณลักษณะของ N1 ส่วน N2 เป็นประธานของคำคุณศัพท์ ซึ่งชี้ด้วยคำช่วย が ประโยคข้างต้นนี้แปลตรงตัวได้ว่า "โตเกียวนั้น คนมากมาย"

<pre>
        N1 は   N2 が A

           ↑   ↑
        หัวเรื่อง   คำอธิบายหัวเรื่อง
</pre>

2.
> ソウルは 東京 より 寒いです。　　**โซลหนาวกว่าโตเกียว**

● N1 は N2 より A

รูปประโยคนี้ใช้เปรียบเทียบของ 2 สิ่ง คำคุณศัพท์ในภาษาญี่ปุ่นไม่มีรูปขั้นกว่าหรือขั้นสูงสุด เหมือนภาษาอังกฤษ ดังนั้น เวลาเปรียบเทียบของ 2 สิ่งจะใช้คำช่วย より แปลว่า "กว่า" ชี้ N2 ซึ่งเป็นคำนามหลักที่ใช้เปรียบเทียบ

3.
> A：肉と 魚と どちらが 好きですか。
> B：魚の ほうが 好きです。

A：ชอบอย่างไหนมากกว่ากัน ระหว่างเนื้อกับปลา

B：ชอบปลามากกว่า

● N1 と N2 と どちらが A か
● N1/N2 の ほうが A

どちら เป็นคำแสดงคำถาม ใช้เปรียบเทียบของ 2 สิ่ง แปลว่า "อย่างไหน" สามารถใช้ どちら กับอะไรก็ได้ไม่ว่าจะเป็นสิ่งของ บุคคล หรือสถานที่

การตอบคำถามลักษณะนี้จะใช้ のほう เพื่อระบุความชอบ และใช้ どちらも เพื่อบอกว่า "ทั้ง 2 อย่าง"

> A　：コーヒーと 紅茶と どちらが 好きですか。
> 　　　ชอบอย่างไหนมากกว่ากัน ระหว่างกาแฟกับชาฝรั่ง
> B１：コーヒーの ほうが 好きです。　ชอบกาแฟมากกว่า
> B２：どちらも 好きです。　ชอบทั้ง 2 อย่าง

4. | スポーツで サッカーが いちばん 好きです。

ในบรรดากีฬาทั้งหมด ชอบฟุตบอลมากที่สุด

● N1 で N2 が いちばん A

การเปรียบเทียบของ 3 สิ่งหรือมากกว่าจะใช้ いちばん วางหน้าคำคุณศัพท์เพื่อทำให้เป็นขั้นสูงสุด
ส่วนการถามคำถามจะใช้ なに ถามถึงสิ่งของ だれ ถามถึงบุคคล どこ ถามถึงสถานที่ และ
いつ ถามถึงเวลา โดยใช้คำช่วย で ชี้ประเภทของสิ่งที่ถาม เช่น スポーツで

A：スポーツで 何が いちばん 好きですか。

　　ในบรรดากีฬาทั้งหมด ชอบอะไรมากที่สุด

B：サッカーが いちばん 好きです。　　ชอบฟุตบอลมากที่สุด

A：家族で だれが いちばん 背が 高いですか。

　　ใครตัวสูงที่สุดในครอบครัว

B：父が いちばん 背が 高いです。　　พ่อของฉันตัวสูงที่สุด

5. | わたしの 部屋は 新しくて、静かです。 |　　ห้องของฉันใหม่และเงียบสงบ

●い A くて／な A で／N で

การเชื่อมประโยคที่ภาคแสดงเป็นคำนามหรือประโยคที่ภาคแสดงเป็นคำคุณศัพท์เข้าด้วยกันต้อง
ผันรูปดังต่อไปนี้
いです ของประโยคที่ภาคแสดงเป็นคำคุณศัพท์ い ผันเป็น くて ส่วน です ของประโยคที่
ภาคแสดงเป็นคำคุณศัพท์ な และประโยคที่ภาคแสดงเป็นคำนามผันเป็น で

い A ： あたらしいです → あたらしくて
　　　　＊いいです → よくて
な A ： きれいです → きれいで
N ： ２かいです → ２かいで

わたしの 部屋は 新しくて、静かです。　　ห้องของฉันใหม่และเงียบสงบ
わたしの 部屋は きれいで、静かです。　　ห้องของฉันสะอาดและเงียบสงบ
わたしの 部屋は ２階で、静かです。　　ห้องของฉันอยู่ชั้น 2 และเงียบสงบ

คำศัพท์และข้อมูลทางวัฒนธรรม

宇宙 อวกาศ

1. 太陽系　ระบบสุริยจักรวาล

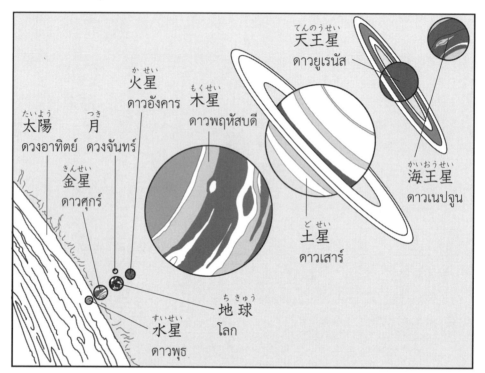

2. 距離・温度・大きさ　ระยะทาง อุณหภูมิ และขนาด

	太陽	地球	月	土星
距離 ระยะทาง	150,000,000 km	1,500,000,000 km		
		384,000 km		
表面温度 อุณหภูมิพื้นผิว	6,000℃	15℃	107〜−153℃	−180℃
直径 เส้นผ่านศูนย์กลาง	1,400,000 km	13,000 km	3,500 km	120,000 km

12 ไปเที่ยวเป็นอย่างไรบ้าง

บทสนทนา

สมิท : คุณคิมุระ นี่เป็นของฝากจากฮิโรชิมา เชิญค่ะ

คิมุระ : อ๊ะ ขอบคุณครับ ไปเที่ยวเป็นอย่างไรบ้างครับ

สมิท : สนุกมากเลยค่ะ
แต่อากาศหนาวไปหน่อย

คิมุระ : อ่อ เหรอครับ

สมิท : ฉันนั่งเรือไปเกาะมิยาจิมะมาด้วยค่ะ

คิมุระ : ทิวทัศน์เป็นอย่างไรบ้างครับ

สมิท : สวยมากเลยค่ะ
ถ่ายรูปทะเลและเกาะมาด้วย

คิมุระ : ดีจังเลยนะครับ

คำศัพท์

やすみ	休み	การพักผ่อน, การลาหยุด, วันหยุด
ひるやすみ	昼休み	พักกลางวัน
はなみ	花見	การชมดอกซากุระ
おにぎり		ข้าวปั้น
じゅんび	準備	การเตรียมตัว, การตระเตรียม
ホテル		โรงแรม
じゅぎょう	授業	ชั่วโมงเรียน
きもの	着物	ชุดกิโมโน
フェリー		เรือข้ามฟาก
くうこう	空港	ท่าอากาศยาน, สนามบิน
～たち		พวก... (คำต่อท้ายแสดงว่ามีจำนวนคน มากกว่า 1 คน)
わたしたち		พวกเรา
はし	橋	สะพาน
あか	赤	สีแดง
きいろ	黄色	สีเหลือง
けしき	景色	วิว, ทิวทัศน์
しま	島	เกาะ
はっぴょうします Ⅲ	発表します	รายงาน, นำเสนอผลงาน
のぼります Ⅰ	登ります	ปีน (ภูเขา + に)
とまります Ⅰ	泊まります	พัก, ค้างแรม (โรงแรม + に)
きます Ⅱ	着ます	สวมใส่
ぬぎます* Ⅰ	脱ぎます	ถอด
かかります Ⅰ		เสีย (เวลา), ใช้ (เงิน)
とります Ⅰ	撮ります	ถ่าย (รูป)
きびしい	厳しい	เข้มงวด, เคร่งครัด
こわい	怖い	กลัว
おもい	重い	หนัก
かるい*	軽い	(น้ำหนัก) เบา
つめたい	冷たい	เย็น (เมื่อสัมผัส)

—ふん／ぷん	—分	...นาที
なんぷん	何分	กี่นาที
—じかん	—時間	...ชั่วโมง
なんじかん	何時間	กี่ชั่วโมง
—にち	—日	...วัน
なんにち＊	何日	กี่วัน
—しゅうかん	—週間	...สัปดาห์
なんしゅうかん＊	何週間	กี่สัปดาห์
—かげつ	—か月	...เดือน
なんかげつ	何か月	กี่เดือน
—ねん＊	—年	...ปี
なんねん＊	何年	กี่ปี
はんとし＊	半年	ครึ่งปี
どのぐらい		(นาน/ใช้เวลา) ประมาณเท่าไร
あ		อ๊ะ (คำอุทานแสดงความตกใจหรือ ประทับใจ หรือเสียงที่เปล่งออกมา เมื่อนึกอะไรออก)
ちょっと		นิดหน่อย, เล็กน้อย
～ぐらい		ประมาณ..., ราว ๆ...
どうぞ。		เชิญครับ/ค่ะ, นี่ครับ/ค่ะ
ありがとう。		ขอบคุณ

シアトル		ซีแอตเทิล
ローマ		โรม
プサン		พูซาน
ふくおか	福岡	ฟุกุโอกะ
かごしま	鹿児島	คาโงชิมะ
なりた	成田	นาริตะ
みやじま	宮島	มิยาจิมะ

ไวยากรณ์

ประโยคที่ภาคแสดงเป็นคำคุณศัพท์และคำนาม 2 : ประโยคบอกเล่าและ
ประโยคปฏิเสธที่เป็นอดีต

1.
ナルコさんは 忙しかったです。	คุณนาร์โกยุ่ง
ナルコさんは 元気でした。	คุณนาร์โกสบายดี

●い A かったです／な A でした／N でした

1) คำคุณศัพท์และประโยคที่ภาคแสดงเป็นคำนามในภาษาญี่ปุ่นจะผันตามกาล (ไม่ใช่อดีต
และอดีต) และมีรูปบอกเล่าและรูปปฏิเสธเช่นเดียวกับคำกริยา

2) สามารถทำเป็นรูปบอกเล่าที่เป็นอดีตได้โดยนำ かったです มาแทนที่ いです สำหรับ
คำคุณศัพท์ い และนำ でした มาแทนที่ です สำหรับคำคุณศัพท์ な และคำนาม

```
い A ：   いそがしいです → いそがしかったです
        *いいです    →      よかったです
な A ：    げんきです  →      げんきでした
N   ： かいしゃいんです → かいしゃいんでした
```

2.
キムさんは 忙しくなかったです。	คุณคิมไม่ยุ่ง
キムさんは 元気じゃ ありませんでした。	คุณคิมไม่สบาย

●い A くなかったです／な A じゃ ありませんでした／N じゃ ありませんでした

สามารถทำเป็นรูปปฏิเสธที่เป็นอดีตได้โดยนำ くなかったです มาแทนที่ くないです
สำหรับคำคุณศัพท์ い และนำ じゃありませんでした มาแทนที่ じゃありません
สำหรับคำคุณศัพท์ な และคำนาม

```
い A ：   いそがしくないです    →    いそがしくなかったです
な A ：   げんきじゃありません  →    げんきじゃありませんでした
N   ： かいしゃいんじゃありません → かいしゃいんじゃありませんでした
```

	ไม่ใช่อดีต		อดีต	
	บอกเล่า	ปฏิเสธ	บอกเล่า	ปฏิเสธ
い A	たかいです	たかくないです	たかかったです	たかくなかったです
な A	ひまです	ひまじゃありません	ひまでした	ひまじゃありませんでした
N	あめです	あめじゃありません	あめでした	あめじゃありませんでした

3. | A：ホセさんは どのぐらい 日本語を 勉強 しましたか。
| B：2 週間 勉強 しました。

A：คุณโฮเซเรียนภาษาญี่ปุ่นมานานเท่าไรแล้ว

B：เรียนมา 2 สัปดาห์แล้ว

●**どのぐらい**

1）どのぐらい เป็นคำแสดงคำถาม ใช้ถามความยาวนานของระยะเวลา หน่วยเวลาที่ใช้ตอบ
คำถามประเภทนี้ ได้แก่ —じかん, —にち, —しゅうかん ฯลฯ

2）สามารถใช้ なんじかん, なんにち, なんしゅうかん, なんかげつ, なんねん
ฯลฯ แทนที่ どのぐらい ได้

12

....

① 10 日ぐらい かかります。 ใช้เวลาประมาณ 10 วัน

ぐらい เป็นคำช่วย ใช้ระบุจำนวนคร่าว ๆ หรือระยะเวลาโดยประมาณ ในขณะที่ ごろ ใช้ระบุ
เวลาโดยประมาณ ⇒ บทที่ 5-①

ぐらい บางครั้งออกเสียงเป็น くらい

คำศัพท์และข้อมูลทางวัฒนธรรม

1年の 行事　เทศกาลและงานประเพณีใน 1 ปี

1月　初もうで
การไปไหว้พระขอพร
ที่ศาลเจ้าชินโตเป็น
ครั้งแรกของปี

2月　豆まき
ประเพณีโปรยถั่ว

3月　ひな祭り
เทศกาลตุ๊กตาฮินะ

卒業式
พิธีจบการศึกษา

4月　花見
เทศกาลชมดอกซากุระ

入学式
พิธีปฐมนิเทศ
เข้าสถานศึกษา

5月　こどもの日
วันเด็ก

7・8月　七夕
เทศกาลทานาบาตะ

花火
เทศกาลชมดอกไม้ไฟ

盆踊り
เทศกาลบงโอโดริ

9月　月見
เทศกาลชมจันทร์

10月　運動会
งานแข่งขันกีฬา

11月　七五三
งานฉลองรับขวัญเด็ก
อายุ 7-5-3 ขวบ

12月　大みそか
วันสิ้นปี

まとめ 2

คำศัพท์

とり	鳥	นก
かみ	髪	เส้นผม
ことば	言葉	ภาษา, คำศัพท์
ライオン		สิงโต
くじゃく		นกยูง
ペンギン		เพนกวิน
にんげん	人間	มนุษย์
とります　I	捕ります	จับ
めずらしい	珍しい	แปลก, ประหลาด, ไม่ค่อยพบเห็น
いろいろ[な]		ต่างๆนานา, หลากหลาย
～の　なかで	～の　中で	ในบรรดา...
こたえ	答え	คำตอบ
もんだい＊	問題	คำถาม, ปัญหา

まとめ 2

95

13 อยากกินอะไรสักอย่างนะ

บทสนทนา

หลิน : งานเทศกาลสนุกมากเลยนะครับ

สมิท : ค่ะ แต่ฉันเหนื่อยมากเลย ปวดแขนด้วย

หลิน : ไม่เป็นอะไรใช่ไหมครับ

สมิท : ค่ะ แต่รู้สึกคอแห้งนิดหน่อย

หลิน : ผมหิวแล้วละ

สมิท : อืม อยากกินอะไรสักอย่างจังนะคะ

หลิน : งั้น ไปหาอะไรกินที่ไหนสักแห่งกันเถอะครับ

สมิท : ก็ดีนะคะ

คำศัพท์

13

ふとん	布団	ฟูกนอนแบบญี่ปุ่น (ฟุตง)
(お)さら	(お)皿	จาน
コップ		แก้วน้ำ
ハイキング		การเดินป่า, การเดินเขา
しやくしょ	市役所	สำนักงานเขต, ที่ทำการเทศบาลเมือง
しちょう	市長	นายกเทศมนตรี
こうじょう	工場	โรงงาน
けんがく	見学	ทัศนศึกษา
スキー		สกี
～かた	～方	วิธี...
つくりかた	作り方	วิธีทำ
すもう	相撲	ซูโม่
チケット		ตั๋ว, บัตร
だいがくいん	大学院	บัณฑิตวิทยาลัย (ปริญญาโท-เอก)
ロボット		หุ่นยนต์
こうがく	工学	วิศวกรรมศาสตร์
ロボットこうがく	ロボット工学	ศาสตร์และเทคโนโลยีที่เกี่ยวข้องกับ หุ่นยนต์
しょうらい	将来	อนาคต
あそびます　I	遊びます	เล่น, เที่ยวเล่น
かえします　I	返します	คืน
むかえます　II	迎えます	ต้อนรับ, รับผู้ที่จะเดินทางมาถึง
もちます　I	持ちます	ถือ, มีในครอบครอง
てつだいます　I	手伝います	ช่วย (งาน)
あらいます　I	洗います	ล้าง
つかいます　I	使います	ใช้
ほしい	欲しい	ต้องการ, อยากได้ (สิ่งของ)
いたい	痛い	เจ็บ, ปวด
だいじょうぶ[な]	大丈夫[な]	ไม่เป็นไร, ไม่มีปัญหา

97

—ねんせい	—年生	(นักเรียน) ชั้นปี...
—(ねん)まえに	—(年)前に	... (ปี) ก่อน

ありがとう ございます。		ขอบคุณ
がんばって ください。	頑張って ください。	พยายามเข้านะ
どう しますか。		จะทำอย่างไร
つかれました。	疲れました。	(ฉัน) เหนื่อย
のどが かわきました。	のどが 渇きました。	(ฉัน) คอแห้ง, กระหายน้ำ
おなかが すきました。		(ฉัน) หิว

かぶきざ	歌舞伎座	โรงละครคาบุกิ
ただいま。		กลับมาแล้ว (ใช้พูดเวลากลับมาถึงบ้าน)
ホール		ห้องโถง

ไวยากรณ์

13

รูป ます

1. | わたしは お金_{かね}が 欲_ほしいです。| ฉันอยากได้เงิน

● N が 欲_ほしいです

รูปประโยคนี้แสดงความปรารถนาของผู้พูดที่ต้องการเป็นเจ้าของสิ่งใดสิ่งหนึ่ง แปลว่า "ฉันต้องการ..." "ฉันอยากได้..." และสามารถใช้ถามความปรารถนาของผู้ฟังได้ด้วย โดยคำช่วย が ใช้ชี้กรรม ของประโยค ほしい เป็นคำคุณศัพท์ い และผันตามกฎการผันคำคุณศัพท์ い

> ไม่สามารถใช้ ほしいです หรือ V たいです (⇒ **2**) อธิบายความต้องการหรือความ ปรารถนาของบุรุษที่ 3 ได้ และการใช้รูปประโยคคำถาม ほしいですか หรือ V たいですか (⇒ **2**) กับผู้ที่อาวุโสกว่าถือว่าไม่สุภาพ ดังนั้น เมื่อต้องการจะชวนให้ดื่มกาแฟควรใช้ いかが ですか ดังตัวอย่างต่อไปนี้
> コーヒーは いかがですか。　รับกาแฟไหมครับ/คะ

2. | わたしは 柔道_{じゅうどう}を 習_{なら}いたいです。| ฉันอยากเรียนยูโด

● N を V たいです

1) V たいです ใช้แสดงความต้องการหรือความปรารถนาของผู้พูดที่จะทำสิ่งใดสิ่งหนึ่ง แปล ว่า "ฉันอยาก..." และสามารถใช้ถามความปรารถนาหรือความต้องการทำสิ่งใดสิ่งหนึ่งของ ผู้อื่นได้ด้วย V たいです ผันตามกฎการผันคำคุณศัพท์ い

2) คำกริยาที่ลงท้ายด้วย ます เรียกว่า คำกริยารูป ます (V ます) สามารถทำเป็นรูป V たいです ได้โดยนำ たいです มาแทนที่ ます ของ V ます

   いきます → いきたいです
   たべます → たべたいです
   　します → 　したいです

ほしいです และ V たいです มีวิธีผันดังต่อไปนี้

ไม่ใช่อดีต		อดีต	
บอกเล่า	ปฏิเสธ	บอกเล่า	ปฏิเสธ
ほしいです	ほしくないです	ほしかったです	ほしくなかったです
V たいです	V たくないです	V たかったです	V たくなかったです

99

3. わたしは 山(やま)へ 写真(しゃしん)を 撮(と)りに 行(い)きます。 ฉันไปถ่ายรูปที่ภูเขา
わたしは 山(やま)へ ハイキングに 行(い)きます。 ฉันไปเดินเขาที่ภูเขา

● **N1(สถานที่)へ [V~~ます~~ / N2] に 行(い)きます／来(き)ます／帰(かえ)ります**

1）รูปประโยคนี้อธิบายวัตถุประสงค์ของบุคคลในการไปที่ไหนสักแห่งเพื่อทำอะไรบางอย่าง แปลว่า “ไปเพื่อทำอะไรบางอย่าง” หรือ “ไปเพื่ออะไรบางอย่าง” โดยใช้คำช่วย に ชี้วัตถุประสงค์

2）กรณีวัตถุประสงค์เป็นคำกริยาสามารถทำให้เป็นรูปนี้ได้โดยตัด ます ใน Vます ทิ้ง แล้วเติม に กรณีวัตถุประสงค์เป็นคำนามสามารถเติม に หลังคำนามได้เลย

3）กรณีวัตถุประสงค์เป็นคำกริยารูป N します เช่น べんきょうします หรือ しょくじします “し” ใน しにいきます จะถูกละไว้

Ａ ：リンさんは 山(やま)へ 何(なに)を しに 行(い)きますか。 คุณหลินไปทำอะไรที่ภูเขา
Ｂ１：写真(しゃしん)を 撮(と)りに 行(い)きます。 ไปถ่ายรูป
Ｂ２：ハイキングに 行(い)きます。 ไปเดินเขา

4. 手伝(てつだ)いましょうか。 **ให้ช่วยไหม**

● **Vましょうか**

รูปประโยคนี้ใช้เมื่อผู้พูดต้องการเสนอตัวทำบางสิ่งบางอย่างให้ผู้ฟัง แปลว่า “ให้ฉัน...ไหม” สามารถทำเป็นรูปประโยคนี้ได้โดยนำ ましょうか มาแทนที่ ます

つくります → つくりましょうか
とります → とりましょうか

เมื่อผู้ฟังตอบรับข้อเสนอจะพูดว่า ありがとうございます และพูดว่า いいえ、だいじょうぶです เมื่อจะปฏิเสธข้อเสนอ

---

① すき焼(や)きを 作(つく)りたいんですが……。 อยากทำสุกียากี้...

1）Vたいんですが ใช้เพื่อเกริ่นหัวเรื่องหรืออธิบายสถานการณ์ของผู้พูด เมื่อผู้พูดจะถามคำถามหรือเรียกร้องบางสิ่งบางอย่าง

2）คำช่วย が ใช้เชื่อมประโยค 2 ประโยคเข้าด้วยกัน การละส่วนท้ายของประโยคไว้เป็นการแสดงความลังเลใจของผู้พูด โดย が ในที่นี้ไม่ได้แปลว่า “แต่”

3）ผู้พูดคาดหวังว่าผู้ฟังจะเข้าใจส่วนที่ละไว้และตอบรับตามสถานการณ์

② 作り方　วิธีทำ

つくりかた หมายถึง ขั้นตอนหรือวิธีทำสิ่งใดสิ่งหนึ่ง สามารถทำเป็นรูปนี้ได้โดยนำ かた มา
แทนที่ ます ของ V ます แปลว่า "วิธี..." หรือ "ขั้นตอนการ..." โดย V ~~ます~~ ＋かた ถือ
เป็นคำนาม

つくります → つくりかた　วิธีทำ

たべます → 　たべかた　วิธีกิน

③ 何か 食べたいです。　อยากกินอะไรสักอย่าง

คำแสดงคำถาม なに／どこ／だれ ＋ คำช่วย か หมายถึง อะไรสักอย่าง/ที่ไหนสักแห่ง/
ใครสักคน

何か 食べたいです。　อยากกินอะไรสักอย่าง

どこか（へ） 行きたいです。　อยากไปที่ไหนสักแห่ง

だれか いますか。　มีใครอยู่ไหม

13 คำศัพท์และข้อมูลทางวัฒนธรรม

教育 การศึกษา

1. 日本の 学校制度　ระบบโรงเรียนของญี่ปุ่น

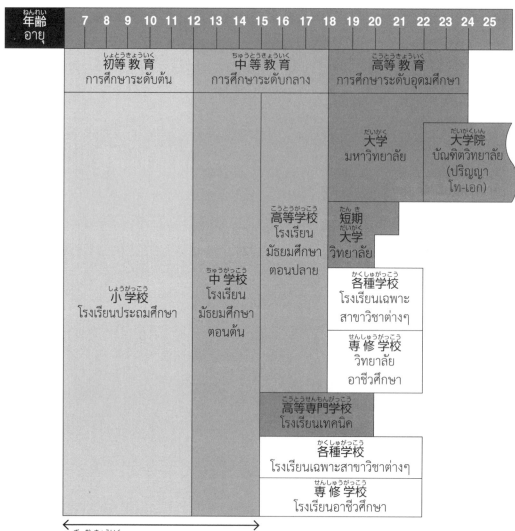

2. 学部　คณะในมหาวิทยาลัย

理系　สายวิทยาศาสตร์	文系　สายมนุษยศาสตร์
医学部　คณะแพทยศาสตร์	法学部　คณะนิติศาสตร์
薬学部　คณะเภสัชศาสตร์	経済学部　คณะเศรษฐศาสตร์
工学部　คณะวิศวกรรมศาสตร์	経営学部　คณะบริหารธุรกิจ
理学部　คณะวิทยาศาสตร์	文学部　คณะอักษรศาสตร์
農学部　คณะเกษตรศาสตร์	教育学部　คณะครุศาสตร์

102

14 งานอดิเรกของผมคือฟังเพลง

บทสนทนา

วาตานาเบะ : คุณอแลง งานอดิเรกของคุณคืออะไรคะ
มาเล่ต์ : งานอดิเรกเหรอครับ ฟังเพลงครับ
วาตานาเบะ : อย่างนั้นเหรอคะ แล้วฟังเพลงแนวไหนคะ
มาเล่ต์ : ฟังเพลงแจ๊ซกับเพลงร็อกครับ แล้วคุณวาตานาเบะล่ะ
วาตานาเบะ : ฉันก็ชอบเพลงเหมือนกันค่ะ บางครั้งก็แต่งเพลงเองด้วย
มาเล่ต์ : แล้วคุณเล่นเปียโนเป็นไหม
วาตานาเบะ : เป็นค่ะ
มาเล่ต์ : ผมเล่นกีตาร์เป็น
คราวหน้าเรามาเล่นคอนเสิร์ตด้วยกันไหมครับ

คำศัพท์

14

ギター		กีตาร์
たたみ	畳	เสื่อทาทามิ
かれ	彼	เขา (ผู้ชาย) (สรรพนามบุรุษที่ 3), แฟนหนุ่ม
かのじょ	彼女	เขา (ผู้หญิง), เธอ (สรรพนามบุรุษที่ 3), แฟนสาว
りょうきん	料金	ค่าบริการ, ค่าธรรมเนียม
でんわりょうきん	電話料金	ค่าโทรศัพท์
いけばな	生け花	ศิลปะการจัดดอกไม้แบบญี่ปุ่น
にんじゃ	忍者	นินจา
カラオケ		คาราโอเกะ
ゆかた	浴衣	ชุดยูกาตะ
ペット		สัตว์เลี้ยง
バーベキュー		บาร์บีคิว
テント		เต็นท์
めざましどけい	目覚まし時計	นาฬิกาปลุก
シャワー		ฝักบัวอาบน้ำ
は	歯	ฟัน
スピーチ		สุนทรพจน์
ブログ		บล็อก (ในอินเทอร์เน็ต)
バスケットボール		บาสเกตบอล
ボウリング		โบว์ลิ่ง
スノーボード		สโนว์บอร์ด
ダンス		การเต้นรำ
からて	空手	คาราเต้
きょく	曲	เพลง, บทเพลง
まちます　I	待ちます	รอ, คอย
しにます　I	死にます	ตาย
ひきます　I	弾きます	ดีด, เล่น (เครื่องดนตรี)
できます　II		สามารถ, ทำได้
すわります　I	座ります	นั่ง (สถานที่ + に)
たちます*　I	立ちます	ยืน

104

はらいます　I	払います	จ่าย, ชำระ
セットします　III		ติดตั้ง
あびます[シャワー 　を〜]　II	浴びます[シャワー 　を〜]	อาบน้ำ [ฝักบัว]
みがきます　I	磨きます	ขัด, แปรง
でかけます　II	出かけます	ออกไปข้างนอก
けします　I	消します	ปิด, ดับ
のります　I	乗ります	ขึ้น, โดยสาร (พาหนะ ＋ に)
おります*　II	降ります	ลง (พาหนะ ＋ を)
はじめます　II	始めます	เริ่มต้น
みせます　II	見せます	ให้ดู, เอาให้ดู
のせます　II	載せます	ลงตีพิมพ์ (บทความ, รูปภาพ ＋ を) 　ใน (บล็อก, สื่อสิ่งพิมพ์ ＋ に)
—メートル(m)		...เมตร
なんメートル(m)	何メートル	กี่เมตร
この　まえ	この　前	ก่อนหน้านี้, วันก่อน
じぶんで	自分で	ด้วยตัวเอง
うん		อือ, อึม (คำตอบรับ ใช้ในบทสนทนาที่ 　เป็นกันเองในหมู่เพื่อนหรือคนสนิท 　เท่านั้น)
〜とか		เช่น..., ...และ...เป็นต้น
〜　まえに		ก่อน...

はこね	箱根	ฮาโกเนะ
ながの	長野	นางาโนะ
みえ	三重	มิเอะ
にんじゃむら	忍者村	หมู่บ้านนินจา
ぶんかセンター	文化センター	ศูนย์วัฒนธรรม
ますけい	ます形	รูป ます
じしょけい	辞書形	รูปพจนานุกรม

ไวยากรณ์

14

กลุ่มคำกริยา
รูปพจนานุกรม
บทสนทนารูปธรรมดา 1

1. คำกริยารูปพจนานุกรม

1) กลุ่มคำกริยา

คำกริยาในภาษาญี่ปุ่นแบ่งเป็น 3 กลุ่มตามลักษณะการผัน ได้แก่ คำกริยากลุ่ม I
คำกริยากลุ่ม II และคำกริยากลุ่ม III

กลุ่ม I: รากคำของคำกริยารูป ます ที่ลงท้ายด้วยเสียงแถว い

กลุ่ม II: รากคำของคำกริยารูป ます ที่ลงท้ายด้วยเสียงแถว え และบางตัวลงท้ายด้วย
เสียงแถว い เช่น みます, かります, おきます, います ฯลฯ

กลุ่ม III: คำกริยาที่มีการผันรูปแบบพิเศษ ได้แก่ きます และ します

I	かいます, おろします, かきます, まちます, あそびます, よみます, わかります ฯลฯ	- i ます
II	おしえます, ねます, あげます, たべます ฯลฯ *みます, かります, おきます, います ฯลฯ	- e ます - i ます
III	きます します, べんきょうします, しょくじします ฯลฯ	รูปพิเศษ

2) รูปพจนานุกรม (V dic.) เป็นรูปพื้นฐานของคำกริยา และที่เรียกว่ารูปพจนานุกรมเนื่องจาก
เป็นรูปที่ปรากฏในพจนานุกรม นิยมใช้รูปพจนานุกรมกับวลีต่าง ๆ เพื่อสร้างความหมายที่
แตกต่างกันไป วิธีทำให้คำกริยาเป็นรูปพจนานุกรมมีดังต่อไปนี้

	V ます	V dic.			V ます	V dic.	
I	かいます	かう	い→う	II	たべます	たべる	
	かきます	かく	き→く		ねます	ねる	
	およぎます	およぐ	ぎ→ぐ		みます	みる	ます→る
	はなします	はなす	し→す		かります	かりる	
	まちます	まつ	ち→つ	III	きます	くる	
	しにます	しぬ	に→ぬ		します	する	
	あそびます	あそぶ	び→ぶ				
	よみます	よむ	み→む				
	とります	とる	り→る				

2.

> わたしの 趣味(しゅみ)は 本(ほん)を 読(よ)む ことです。　งานอดิเรกของฉันคือการอ่านหนังสือ
> わたしの 趣味(しゅみ)は　　　　音楽(おんがく)です。　งานอดิเรกของฉันคือดนตรี

●わたしの 趣味(しゅみ)は ⌈V dic. こと⌉です
　　　　　　　　 ⌊N⌋

รูปประโยคนี้ใช้พูดถึงงานอดิเรกของบุคคลหนึ่ง
เติม こと หลังคำกริยารูปพจนานุกรมเพื่อทำให้คำกริยากลายเป็นคำนาม

3.

> アランさんは ギターを 弾(ひ)く ことが できます。　คุณอแลงเล่นกีตาร์เป็น
> アランさんは　　　　中国語(ちゅうごくご)が できます。　คุณอแลงพูดภาษาจีนได้

●⌈V dic. こと⌉が できます
　⌊N⌋

できます ในประโยคนี้ใช้แสดงความสามารถ โดยวางคำนามหรือ V dic. ＋こと ไว้หน้า
できます

4.

> 図書館(としょかん)で CDを 借(か)りる ことが できます。
> 図書館(としょかん)で インターネットが　　できます。

สามารถยืมซีดีที่หอสมุดได้
สามารถเล่นอินเทอร์เน็ตที่หอสมุดได้

●⌈V dic. こと⌉が できます
　⌊N⌋

できます ในประโยคนี้ใช้แสดงความเป็นไปได้ในการทำบางสิ่งบางอย่างในสถานการณ์หนึ่ง ๆ

5.

食^たべる まえに、手^てを 洗^{あら}います。
食事^{しょくじ}の まえに、手^てを 洗^{あら}います。

ล้างมือก่อนกิน
ล้างมือก่อนรับประทานอาหาร

● [V1 dic.]　まえに、V2
　[N の]

รูปประโยคนี้แสดงว่า V2 เกิดขึ้นก่อน V1 โดย V1 จะอยู่ในรูปพจนานุกรมเสมอ คำกริยาที่
ปรากฏท้ายประโยค (V2) เป็นตัวระบุกาลของประโยค และเมื่อหน้า まえに เป็นคำนาม จะใช้
คำช่วย の เชื่อมคำนามกับ まえに เป็น N のまえに

....

① 猫^{ねこ}とか、犬^{いぬ}とか。　(อย่างเช่น) แมวหรือสุนัข

คำช่วย とか ใช้ยกตัวอย่าง โดย とか สามารถใช้กับคำชนิดอื่นนอกจากคำนามได้ ในขณะที่
คำช่วย や ใช้เชื่อมคำนามกับคำนามเท่านั้น ⇒ บทที่ 8-③

② 上手^{じょうず}では ありません。　ไม่เก่ง

ではありません มีความหมายเหมือนกับ じゃありません แต่ใช้ในภาษาเขียน ส่วน
じゃありません จะใช้ในภาษาพูดเท่านั้น

A：何^{なに}か 食^たべる？　กินอะไรไหม
B：うん、食^たべる。　อือ กินสิ

1 ）ภาษาญี่ปุ่นมีรูปแบบการสนทนาอยู่ 2 แบบ คือ แบบสุภาพและแบบทั่วไป แบบสุภาพคือ
บทสนทนาในชีวิตประจำวันที่เป็นทางการหรือกึ่งทางการที่ผู้คนไม่รู้จักกันหรือไม่สนิทสนม
กันมากนัก บทสนทนาแบบสุภาพจะลงท้ายด้วยรูป です และ ます ส่วนแบบทั่วไปคือ
บทสนทนาระหว่างเพื่อนหรือคนในครอบครัว และยังใช้เวลาผู้ที่อาวุโสมากกว่าพูดกับผู้ที่
อาวุโสน้อยกว่า บทสนทนาแบบทั่วไปจะลงท้ายด้วยรูปธรรมดา

2 ）รูปพจนานุกรมคือรูปธรรมดาของ V ます

3 ）ในบทสนทนาแบบทั่วไป เมื่อทำเป็นประโยคคำถาม คำช่วย か จะถูกละไว้ เวลาออกเสียง
ให้ขึ้นเสียงสูงที่ท้ายประโยค และนิยมละคำช่วยอย่างเช่น は, を ฯลฯ ด้วยเช่นกัน

คำศัพท์และข้อมูลทางวัฒนธรรม

コンビニ　ร้านสะดวกซื้อ

1. 宅配便(たくはいびん)を 送(おく)る	ส่งสินค้าหรือพัสดุถึงบ้าน
2. 切手(きって)、はがき、収入印紙(しゅうにゅういんし)を 買(か)う	ซื้อแสตมป์, ไปรษณียบัตร, อากรแสตมป์
3. コピーを する	ถ่ายสำเนาเอกสาร
4. 銀行(ぎんこう)ＡＴＭ(エーティーエム)で お金(かね)を 下(お)ろす	ถอนเงินจากตู้ ATM
5. 公共料金(こうきょうりょうきん)（電話(でんわ)、電気(でんき)、水道(すいどう)、ガスなど）を 払(はら)う	จ่ายค่าสาธารณูปโภค (เช่น โทรศัพท์ ไฟฟ้า ประปา แก๊ส ฯลฯ)
6. 税金(ぜいきん)を 払(はら)う	จ่ายภาษี
7. 国民健康保険料(こくみんけんこうほけんりょう)を 払(はら)う	จ่ายค่าประกันสุขภาพแห่งชาติ
8. 有料(ゆうりょう)ごみ処理券(しょりけん)を 買(か)う	ซื้อตั๋วกำจัดขยะที่คิดค่าบริการกำจัดขยะ, ซื้อสติ๊กเกอร์ติดขยะที่คิดค่าบริการกำจัดขยะ
9. チケット（コンサート、スポーツ、映画(えいが)など）を 買(か)う	ซื้อตั๋ว (เช่น คอนเสิร์ต กีฬา ภาพยนตร์ ฯลฯ)

15 ตอนนี้มีคนอื่นใช้อยู่

บทสนทนา

ชาติชาย	:	ขอโทษนะครับ
		ผมอยากใช้สนามบาสเกตบอลครับ...
พนักงานต้อนรับ	:	มาครั้งแรกหรือเปล่าคะ
ชาติชาย	:	ใช่ครับ วันนี้สามารถใช้ได้ไหมครับ
พนักงานต้อนรับ	:	ตอนนี้มีคนอื่นใช้อยู่ จะใช้ได้ตั้งแต่ 4 โมงเย็นค่ะ
ชาติชาย	:	เหรอครับ เข้าใจแล้ว งั้นผมขอใช้ตั้งแต่ตอน 4 โมงเย็นครับ
พนักงานต้อนรับ	:	ถ้าอย่างนั้น กรุณาเขียนชื่อและที่อยู่ตรงนี้ค่ะ
ชาติชาย	:	ครับ

คำศัพท์

プリント		ใบปลิว, เอกสารประกอบการบรรยาย
なべ		หม้อ
ボール		ลูกบอล
スリッパ		รองเท้าแตะสำหรับใส่ในบ้าน
さんこうしょ	参考書	หนังสืออ้างอิง
しりょう	資料	ข้อมูล, เอกสาร
すいせんじょう	推薦状	หนังสือรับรอง
ごみ		ขยะ
だいどころ	台所	ห้องครัว
コート		คอร์ท, สนาม (กีฬา)
じゅうしょ	住所	ที่อยู่
いそぐ Ⅰ	急ぐ	รีบเร่ง
あつめる Ⅱ	集める	รวบรวม, สะสม
コピーする Ⅲ		ถ่ายสำเนา, ถ่ายเอกสาร
きる Ⅰ	切る	ตัด
いれる Ⅱ	入れる	ใส่ (สิ่งของ + を) เข้าไปใน (สิ่งของ, สถานที่ + に)
にる Ⅱ	煮る	ต้ม
ならべる Ⅱ	並べる	เรียง, จัดเรียง
とる Ⅰ	取る	หยิบ (เกลือ) ให้, จับ
いう Ⅰ	言う	พูด
しゅうりする Ⅲ	修理する	ซ่อมแซม
あがる Ⅰ	上がる	เข้ามา (ในบ้าน), ขึ้น (บ้าน), (ราคา, ระดับ) สูงขึ้น
はく Ⅰ	履く	สวมใส่ (เสื้อผ้าท่อนล่าง รองเท้า ฯลฯ)
すてる Ⅱ	捨てる	ทิ้ง
はこぶ Ⅰ	運ぶ	ขน, แบก (สิ่งของ + を) ไปที่ (สถานที่ + へ)
ふく Ⅰ		เช็ด
あぶない	危ない	อันตราย

15

15

ほかの		อย่างอื่น, อื่น ๆ
もう いちど	もう 一度	อีกครั้ง
すぐ		ทันที
どうぞ		เชิญ
どうも		จริง ๆ, อย่างยิ่ง (ใช้เน้นเวลาขอบคุณหรือขอโทษ)
しつれいします。	失礼します。	ขออนุญาตครับ/ค่ะ (ใช้พูดเมื่อจะเข้า-ออกจากบ้านหรือห้องของผู้อื่น)
いただきます。		ขอรับประทานละนะครับ/คะ (ใช้พูดก่อนรับประทานหรือดื่ม)
すみませんが、～		ขอโทษนะครับ/คะ คือว่า...
いいですよ。		ได้สิ, เอาเลย, แน่นอน (คำตอบรับคำขอร้อง)

てけい	て形	รูป て

ไวยากรณ์

รูป て 1

บทสนทนารูปธรรมดา 2

1. | คำกริยารูป て |

คำกริยารูป て (V て) ใช้เชื่อมคำกริยากับคำกริยา หรือใช้ร่วมกับวลีต่าง ๆ เพื่อสร้างความหมาย
ที่แตกต่างกันไป

การผันคำกริยาให้เป็นรูป て แตกต่างกันไปตามกลุ่มของคำกริยา มีวิธีผันดังต่อไปนี้

	V dic.	V て			V dic.	V て	
I	かう まつ とる	かって まって とって	う つ→って る	II	ねる たべる みる	ねて たべて みて	る→て
	よむ あそぶ しぬ	よんで あそんで しんで	む ぶ→んで ぬ	III	くる する	きて して	
	かく いそぐ はなす *いく	かいて いそいで はなして いって	く→いて ぐ→いで す→して				

ในตำราเรียนชุดนี้ รูป いAくて, なAで และ Nで ที่ปรากฏในบทที่ 11 ทั้งหมด เรียกว่า

รูป て ของคำคุณศัพท์และคำนาม ⇒ บทที่ 11-**5**

113

2.

先生（せんせい）：リンさん、プリントを 集（あつ）めて ください。
リン：はい、分（わ）かりました。

อาจารย์ : คุณหลิน ช่วยรวบรวมเอกสารด้วยค่ะ

หลิน : ครับ เข้าใจแล้วครับ

●Vて ください

V てください ใช้แสดงคำสั่งหรือขอให้ผู้ฟังทำสิ่งใดสิ่งหนึ่ง

3.

木村（きむら）：どうぞ、たくさん 食（た）べて ください。
ポン：どうも ありがとう ございます。

คิมุระ : เชิญทานเยอะ ๆ เลยค่ะ

พล : ขอบคุณมากครับ

●Vて ください

V てください ยังใช้เสนอบางสิ่งบางอย่างให้แก่ผู้ฟังด้วย การใช้แบบนี้กับการใช้แบบข้อ **2** ด้านบนจะแตกต่างกันโดยบริบทอย่างชัดเจน

4.

キム：漢字（かんじ）を 書（か）いて くださいませんか。
先生（せんせい）：ええ、いいですよ。

คิม : กรุณาช่วยเขียนคันจิให้หน่อยได้ไหมคะ

อาจารย์ : ค่ะ ได้สิคะ

●Vて くださいませんか

สำนวน V てくださいませんか สุภาพกว่า V てください ใช้เมื่อจะร้องขอบางสิ่งบางอย่างจากผู้ที่มีอาวุโสหรือสถานะสูงกว่าผู้พูด และนิยมใช้ すみませんが นำหน้าประโยคหลัก อย่างไรก็ตาม เมื่อจะเสนอบางสิ่งบางอย่างให้แก่ผู้ฟังอย่างในข้อ **3** จะไม่ใช้ V てくださいませんか

5.

キムさんは 今（いま） 漢字（かんじ）を 書（か）いて います。

ตอนนี้คุณคิมกำลังเขียนคันจิอยู่

●Vて います

รูปประโยคนี้แสดงการกระทำที่กำลังดำเนินอยู่

お皿、台所へ　運んで。　ถือจานไปที่ห้องครัวให้ที

ในบทสนทนาแบบทั่วไปจะละ く だ さ い ใน V て く だ さ い ไว้ ซึ่งระดับความสุภาพก็จะลดลงตามไปด้วย ดังนี้

สุภาพ　　①窓を　開けて　くださいませんか。

กรุณาช่วยเปิดหน้าต่างให้หน่อยได้ไหม

②窓を　開けて　ください。　กรุณาเปิดหน้าต่าง

ทั่วไป　　③窓を　開けて。　เปิดหน้าต่างทีสิ

ここに　名前を　書いて　ください。　กรุณาเขียนชื่อตรงนี้

คำช่วย に แสดงจุดหรือตำแหน่งที่มีผลของการกระทำปรากฏอยู่

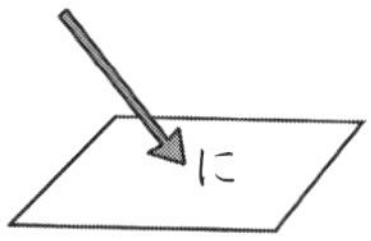

に

คำศัพท์และข้อมูลทางวัฒนธรรม

台所 ห้องครัว

1. 料理用具 เครื่องครัว

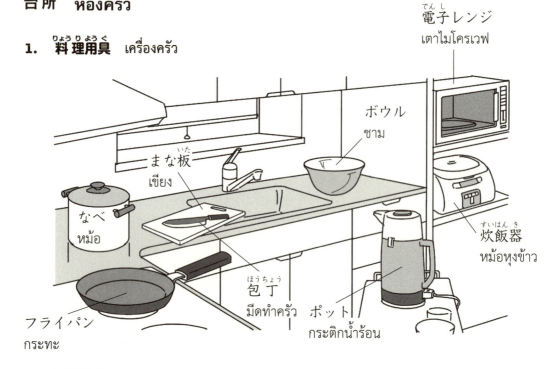

2. 調味料 เครื่องปรุงรส

砂糖 น้ำตาล　　塩 เกลือ　　しょうゆ โชยุ, ซีอิ๊วญี่ปุ่น　　酢 น้ำส้มสายชู
ソース ซอส　　こしょう พริกไทย　　油 น้ำมัน
マヨネーズ มายองเนส　　みそ มิโสะ, เต้าเจี้ยว　　ケチャップ ซอสมะเขือเทศ
とうがらし พริก　　ドレッシング น้ำสลัด
バター เนย　　マーガリン มาร์การีน　　ジャム แยม

3. 料理の動詞 คำกริยาเกี่ยวกับการประกอบอาหาร

焼く ปิ้ง, ย่าง, อบ　　いためる ผัด　　ゆでる ต้ม (ในน้ำร้อนจนสุกแล้วเทน้ำทิ้ง)
蒸す อบ (ด้วยไอน้ำ), นึ่ง　　沸かす ต้ม (ให้เดือด), ทำให้เดือด
揚げる ทอด　　混ぜる ผสม　　煮る ต้ม, ตุ๋น　　炊く หุง (ข้าว)

4. 味 รสชาติ

甘い หวาน　　辛い เผ็ด　　塩辛い／しょっぱい เค็ม
酸っぱい เปรี้ยว　　苦い ขม

116

16 ขอจับดูหน่อยได้ไหม

บทสนทนา

คิมุระ : ว้าว หุ่นยนต์นี่คะ

เล : ใช่ค่ะ หุ่นยนต์ตัวนี้สามารถสนทนาโต้ตอบได้ด้วย

คิมุระ : ขอจับดูหน่อยได้ไหมคะ

เล : เชิญค่ะ มันช่วยงานได้ด้วยนะคะ

คิมุระ : จริงเหรอคะ

เล : ค่ะ ตอน 7 โมงเช้าจะชงกาแฟ ปิ้งขนมปัง แล้วยกมาให้ค่ะ

คิมุระ : เยี่ยมไปเลยนะคะ มีประโยชน์กว่าแมวที่บ้านฉันซะอีก

คำศัพท์

(お)かし	(お)菓子	ขนม, ของหวาน
たばこ		บุหรี่
ちゅうがくせい	中学生	นักเรียนมัธยมต้น
びじゅつかん	美術館	พิพิธภัณฑ์ศิลปะ, หอศิลป์
ふく	服	เสื้อผ้า
デザイン		ดีไซน์, รูปแบบ, การออกแบบ
かいしゃ	会社	บริษัท
ばしょ	場所	สถานที่
ばんごう	番号	หมายเลข
でんわばんごう	電話番号	หมายเลขโทรศัพท์
メールアドレス		อีเมลแอดเดรส
かめ		เต่า
(お)しろ	(お)城	ปราสาท
おひめさま	お姫様	เจ้าหญิง
おどり	踊り	การเต้นรำ
そぼ	祖母	ย่า, ยาย (ของฉัน)
そふ＊	祖父	ปู่, ตา (ของฉัน)
おばあさん＊		คุณย่า, คุณยาย (ของผู้อื่น)
おじいさん＊		คุณปู่, คุณตา (ของผู้อื่น)
ほんやく	翻訳	การแปล
きかい	機械	เครื่องจักร
きかいこうがく	機械工学	วิศวกรรมเครื่องจักร
なか	仲	ความสัมพันธ์
(お)てつだい	(お)手伝い	ความช่วยเหลือ, การช่วยงาน
ほんとう	本当	จริง, แท้จริง
まいとし	毎年	ทุกปี
まいつき＊	毎月	ทุกเดือน
チェックする　Ⅲ		ตรวจสอบ
おく　Ⅰ	置く	วาง (สิ่งของ ＋ を) บน (สถานที่ ＋ に)
とめる　Ⅱ	止める	หยุด, จอด (พาหนะ ＋ を) (สถานที่ ＋ に)
すう[たばこを～]　Ⅰ	吸う[たばこを～]	สูบ [บุหรี่]
けっこんする　Ⅲ	結婚する	แต่งงาน

すむ　Ⅰ	住む	อยู่อาศัย (สถานที่ + に)
けいえいする　Ⅲ	経営する	บริหาร
しる　Ⅰ	知る	รู้, รู้จัก
きく　Ⅰ	聞く	ถาม
たすける　Ⅱ	助ける	ช่วยเหลือ
のりかえる　Ⅱ	乗り換える	เปลี่ยน (พาหนะ + に)
たいしょくする　Ⅲ	退職する	ลาออก
さわる　Ⅰ	触る	สัมผัส
いれる　Ⅱ	入れる	ชง (กาแฟ)
やく　Ⅰ	焼く	ปิ้ง, ย่าง, อบ
もって　くる　Ⅲ	持って　来る	เอามา, ถือมา
もって　いく＊　Ⅰ	持って　行く	เอาไป, ถือไป
やくに　たつ　Ⅰ	役に　立つ	มีประโยชน์
すごい		สุดยอด, เยี่ยมยอด
どうやって		อย่างไร, ทำอย่างไร
すぐ		ทันที
もう		...แล้ว
あのう		เอ่อ, คือว่า...
わあ		ว้าว (คำอุทานแสดงความประหลาดใจหรือดีใจ)

しんじゅく	新宿	ชินจุกุ
うえの	上野	อุเอโนะ
ひがしぎんざ	東銀座	กินซ่าฝั่งตะวันออก
うえのどうぶつえん	上野動物園	สวนสัตว์อุเอโนะ
こうきょ	皇居	พระราชวังอิมพีเรียล
ローラ		ลอร่า
モハメド		โมฮัมเหม็ด
たろう	太郎	ทาโร่
ＪＲ (ジェイアール)		เจอาร์ (บริษัทรถไฟของญี่ปุ่น)
さくらだいがく	さくら大学	มหาวิทยาลัยซากุระ
ユースホステルへ　ようこそ		ยินดีต้อนรับสู่บ้านพักเยาวชน
ゆ	湯	ห้องอาบน้ำพุร้อน

16

ไวยากรณ์

รูป て 2

1. 写真(しゃしん)を 撮(と)っても いいです。 **จะถ่ายรูปก็ได้**

● V ても いいです

รูปประโยคนี้แสดงการอนุญาต ส่วนรูปคำถาม V てもいいですか ใช้ขออนุญาต เมื่ออนุญาตจะตอบว่า ええ、いいですよ หรือ ええ、どうぞ แต่ถ้าไม่อนุญาตจะตอบว่า すみません。ちょっと…… เพื่อปฏิเสธทางอ้อม

A ：写真(しゃしん)を 撮(と)っても いいですか。 ขอถ่ายรูปได้ไหมครับ/คะ

B１：ええ、いいですよ。 ครับ/ค่ะ ได้ครับ/ค่ะ

B２：すみません。ちょっと……。 ขอโทษนะครับ/คะ แต่...

2. 教室(きょうしつ)で ジュースを 飲(の)んでは いけません。 **ห้ามดื่มน้ำผลไม้ในห้องเรียน**

● V ては いけません

รูปประโยคนี้แสดงการห้าม นิยมใช้บนป้ายตามท้องถนนหรือในกฎข้อห้ามตามสถานที่สาธารณะต่าง ๆ

3. ナルコさんは 結婚(けっこん)して います。 **คุณนาร์โกแต่งงานแล้ว**

● V て います

รูปประโยคนี้แสดงสภาพหนึ่งที่เป็นผลมาจากการกระทำในอดีตแล้วยังคงมีผลอยู่ในปัจจุบัน V ています ยังสามารถแสดงการกระทำที่เกิดขึ้นซ้ำ ๆ ทำเป็นนิสัย หรือทำเป็นกิจวัตร และใช้พูดถึงการประกอบอาชีพของบุคคลหนึ่งได้ด้วยเช่นกัน

ナルコさんは 大学(だいがく)で 働(はたら)いて います。 คุณนาร์โกทำงานที่มหาวิทยาลัย

4. 宿題(しゅくだい)を して、メールを 書(か)いて、寝(ね)ました。

ทำการบ้าน เขียนอีเมล แล้วเข้านอน

● V1 て、(V2 て、) V3

รูปประโยคนี้เชื่อมคำกริยาเข้าด้วยกันด้วยรูป て แสดงลำดับการกระทำหรือกระบวนการต่าง ๆ ที่เกิดขึ้นต่อเนื่องกัน นิยมใช้คำกริยา 2 หรือ 3 คำในประโยค โดยคำกริยาที่ปรากฏท้ายประโยคเป็นตัวระบุกาลของประโยค

① A：さくら大学の 場所を 知って いますか。

B：いいえ、知りません。

A : ทราบไหมว่ามหาวิทยาลัยซากุระอยู่ที่ไหน

B : ไม่ ไม่ทราบ

รูปปฏิเสธของ しって います คือ しりません ไม่ใช่ しって いません

16

คำศัพท์และข้อมูลทางวัฒนธรรม

駅(えき) สถานีรถไฟ

２番線(ばんせん)に 電車(でんしゃ)が 参(まい)ります。
危(あぶ)ないですから、黄色(きいろ)い 線(せん)の 内側(うちがわ)まで 下(さ)がって ください。

รถไฟกำลังจะเข้าสู่ชานชาลาที่ 2 ขอความกรุณาผู้โดยสารยืนหลังเส้นเหลือง
เพื่อความปลอดภัย

駅員(えきいん) พนักงานประจำสถานีรถไฟ
ホーム ชานชาลา
エスカレーター บันไดเลื่อน
エレベーター ลิฟต์
精算機(せいさんき) เครื่องปรับราคาตั๋วโดยสารกรณีนั่งเลยสถานี
券売機(けんばいき) เครื่องจำหน่ายตั๋วโดยสาร
改札口(かいさつぐち) ประตูทางเข้า-ออกสถานีรถไฟ

中央口(ちゅうおうぐち) ประตูกลาง　東口(ひがしぐち) ประตูฝั่งทิศตะวันออก　西口(にしぐち) ประตูฝั่งทิศตะวันตก
南口(みなみぐち) ประตูฝั่งทิศใต้　北口(きたぐち) ประตูฝั่งทิศเหนือ　待合室(まちあいしつ) ห้องพักผู้โดยสาร

17 อย่าหักโหมจนเกินไป

บทสนทนา

หลิน : คุณมารี กลับด้วยกันไหมครับ

สมิท : ขอโทษที กลับไปก่อนเลยค่ะ
ฉันจะซ้อมต่ออีกหน่อยแล้วค่อยกลับ

หลิน : คุณมารีขยันซ้อมจังเลยนะครับ

สมิท : ค่ะ เพราะวันเสาร์นี้จะมีการแข่งขันที่สนามกีฬาประจำเมือง

หลิน : เหรอครับ งั้นก็พยายามเข้านะ
แต่อย่าหักโหมจนเกินไปนะครับ

สมิท : ขอบคุณค่ะ

คำศัพท์

17

はと		นกพิราบ
えさ		อาหารสัตว์
いけ	池	บ่อน้ำ
えだ	枝	กิ่งไม้
せんせい	先生	ครู, อาจารย์ (คำใช้เรียก อาจารย์ แพทย์ ศาสตราจารย์ ทนายความ เพื่อแสดงความเคารพ)
ぜいきん	税金	ภาษี
しけん	試験	การสอบ
さくぶん	作文	เรียงความ
おうさま	王様	กษัตริย์, พระราชา
ちゅうがく	中学	โรงเรียนมัธยมศึกษาตอนต้น
こうこう	高校	โรงเรียนมัธยมศึกษาตอนปลาย
でんげん	電源	แหล่งกำเนิดไฟฟ้า, สวิตซ์ไฟ
ファイル		ไฟล์
アドレス		อีเมลแอดเดรส
しあい	試合	การแข่งขัน
せん	栓	ฝา, จุก
(お)ゆ	(お)湯	น้ำร้อน
タオル		ผ้าขนหนู
にさんにち	2、3日	2-3 วัน
なく Ⅰ	泣く	ร้องไห้
わらう Ⅰ	笑う	หัวเราะ
おす Ⅰ	押す	กด, ผลัก
おこる Ⅰ	怒る	โกรธ, โมโห
やる[えさを～] Ⅰ		ให้ (ใช้กับพืช สัตว์ หรือคนที่มีสถานะต่ำกว่า)
おる Ⅰ	折る	พับ, งอ
うんてんする Ⅲ	運転する	ขับรถ

うける[しけんを～] Ⅱ	受ける[試験を～]	เข้า [สอบ]
ならぶ Ⅰ	並ぶ	เรียงราย, เข้าแถว
あやまる Ⅰ	謝る	ขอโทษ
やる[テニスを～] Ⅰ		ทำ, เล่น (ภาษากันเองของ する)
そつぎょうする Ⅲ	卒業する	จบการศึกษา
きる Ⅰ	切る	ปิด (เครื่องมือสื่อสาร)
ほぞんする Ⅲ	保存する	เก็บรักษาให้อยู่ในสภาพเดิม
そうしんする Ⅲ	送信する	ส่ง (สัญญาณ, ข้อความ)
さくじょする Ⅲ	削除する	ลบ
とうろくする Ⅲ	登録する	ลงทะเบียน
かける Ⅱ		เท, โปรย, โรย (สิ่งของ ＋ を) บน/ ใน (สิ่งของ ＋ に)
ぬく Ⅰ	抜く	ดึง, เอาออก
でる Ⅱ	出る	ออก
ある Ⅰ		มี (งานเทศกาล), จัดขึ้น
がんばる Ⅰ	頑張る	พยายาม
むりを する Ⅲ	無理を する	ฝืนทำ, หักโหม
ない		ไม่มี (รูปปฏิเสธของ ある)
まだ		ยัง
ぜんぶ	全部	ทั้งหมด
さきに	先に	ก่อน, ล่วงหน้า
もう すこし	もう 少し	อีกเล็กน้อย
ううん		ไม่, เปล่า (ภาษากันเอง)

しみんグラウンド	市民グラウンド	สนามกีฬาประจำเมือง
おめでとう ございます。		ยินดีด้วยครับ/ค่ะ
ないけい	ない形	รูป ない

ไวยากรณ์

รูป ない
รูป て 3
บทสนทนารูปธรรมดา 3

1. คำกริยารูป ない

รูป ない ใช้ร่วมกับวลีต่าง ๆ เพื่อสร้างความหมายที่แตกต่างกันไป การผันคำกริยาเป็นรูป ない แตกต่างกันไปตามกลุ่มของคำกริยา

กลุ่ม Ⅰ: นำเสียงแถว あ มาแทนที่เสียงแถว う ซึ่งเป็นพยางค์สุดท้ายของรูปพจนานุกรม แล้วตามด้วย ない (แต่เสียง う จะใช้ わない แทน あない)

กลุ่ม Ⅱ: นำ ない มาแทนที่ る ของรูปพจนานุกรม

กลุ่ม Ⅲ: くる→こない, する→しない

	V dic.	V ない				V dic.	V ない	
Ⅰ	かう	かわない	う→わ		Ⅱ	ねる	ねない	
	かく	かかない	く→か			みる	みない	る→ない
	はなす	はなさない	す→さ					
	まつ	またない	つ→た					
	しぬ	しなない	ぬ→な	ない	Ⅲ	くる	こない	
	あそぶ	あそばない	ぶ→ば			する	しない	
	よむ	よまない	む→ま					
	かえる	かえらない	る→ら					
	*ある	ない						

2. 写真(しゃしん)を 撮(と)らないで ください。 กรุณาอย่าถ่ายรูป

● V ないで ください

รูปประโยคนี้แสดงการขอร้องเชิงปฏิเสธ ซึ่งผู้พูดเรียกร้องหรือบอกบุคคลไม่ให้ทำสิ่งใดสิ่งหนึ่ง

3. 税金を 払わなくても いいです。　ไม่ต้องจ่ายภาษีก็ได้

● **V なくても いいです**

รูปประโยคนี้แสดงว่า ไม่จำเป็นต้องทำการกระทำนั้นก็ได้

4. 晩ご飯を 食べてから、テレビを 見ます。　กินข้าวเย็นแล้วดูโทรทัศน์

● **V1 てから、V2**

รูปประโยคนี้แสดงลำดับของการกระทำที่เกิดต่อเนื่องกัน เมื่อ V1 สิ้นสุดลง ก็จะเกิด V2 ตามมา โดยคำกริยาที่ปรากฏท้ายประโยคเป็นตัวระบุกาลของประโยค

① 市民グラウンドで 試合が あります。　มีการแข่งขันที่สนามกีฬาประจำเมือง
รูปประโยคนี้แสดงว่ามีงานหรือเหตุการณ์เกิดขึ้น โดยคำช่วย で ชี้สถานที่ที่จัดงานหรือเกิด
เหตุการณ์

① A：サッカーの 試合、見に 行く？　จะไปดูการแข่งขันฟุตบอลเหรอ
　　B：ううん、行かない。　เปล่า ไม่ไป
　　รูป ない คือรูปปฏิเสธที่ไม่ใช่อดีตของคำกริยา และเป็นรูปธรรมดาของ V ません

② 砂糖、入れないで。　อย่าใส่น้ำตาล
　　V ないでください จะกลายเป็น V ないで ในบทสนทนาแบบทั่วไป
　　⇒ บทที่ 15

127

คำศัพท์และข้อมูลทางวัฒนธรรม

コンピューターと メール　คอมพิวเตอร์และอีเมล

1. コンピューター　คอมพิวเตอร์

新規作成　สร้างเอกสารใหม่　開く　เปิด　上書き保存　บันทึก
印刷　พิมพ์　印刷プレビュー　หน้าตัวอย่างก่อนพิมพ์
スペルチェック　ตรวจสอบการสะกดคำ
切り取り　ตัด　コピー　คัดลอก　貼り付け　วาง
書式の コピー／貼り付け　ตัวคัดวางรูปแบบ　戻る　เลิกทำ (คำสั่งที่ทำไปแล้ว)
やり直す　ทำซ้ำ
ファイル (F)　แฟ้ม　編集 (E)　แก้ไข　表示 (V)　มุมมอง
挿入 (I)　แทรก　書式 (O)　รูปแบบ

2. メール　อีเมล

メールの 作成　สร้างอีเมลใหม่　返信　ตอบกลับ
全員へ 返信　ตอบกลับทั้งหมด　転送　ส่งต่อ
印刷　พิมพ์　削除　ลบ　送受信　ส่ง-รับ

18 ไม่เคยดูซูโม่มาก่อน

บทสนทนา

คิมุระ : คุณทอม ชอบซูโม่ไหมคะ
จอร์แดน : ชอบมากครับ
คิมุระ : เคยไปดูไหมคะ
จอร์แดน : ไม่เคยครับ ทุกทีจะดูทางโทรทัศน์... แล้วคุณคิมุระล่ะครับ
คิมุระ : ฉันเคยไปมาหลายครั้งแล้วค่ะ
คราวหน้าไปด้วยกันไหมคะ
จอร์แดน : เอ๊ะ จริงเหรอครับ
คิมุระ : สามารถถ่ายรูปหรือจับมือกับนักซูโม่ได้ด้วยนะคะ
จอร์แดน : ว้าว ขอบคุณครับ ผมจะตั้งตารอครับ

คำศัพท์

かぶき	歌舞伎	ละครคาบุกิ (ละครเพลงของญี่ปุ่น)
ぼんおどり	盆踊り	การรำวงช่วงเทศกาลโอบ้ง
パンフレット		แผ่นพับ
ひっこし	引っ越し	การย้ายที่อยู่
ガス		ก๊าซ, แก๊ส
ガスがいしゃ	ガス会社	บริษัทแก๊ส
すいどう＊	水道	การประปา
ろんぶん	論文	สารนิพนธ์, วิทยานิพนธ์
わすれもの	忘れ物	การลืมของ, ของที่ลืมไว้
こいびと	恋人	แฟน, คนรัก, คู่รัก
なっとう	納豆	นัตโต, ถั่วหมัก
ぞう	象	ช้าง
あくしゅ	握手	การจับมือทักทาย
ホームステイする　Ⅲ		พักอาศัยแบบโฮมสเตย์
さがす　Ⅰ	探す	หา, ค้นหา
にづくりする　Ⅲ	荷造りする	จัดของเพื่อขนย้าย
れんらくする　Ⅲ	連絡する	ติดต่อ
きが　つく　Ⅰ	気が　つく	รู้ตัว, สังเกตเห็น (สิ่งของ ＋ に)
だす　Ⅰ	出す	ส่ง (งาน, การบ้าน), เอาออก
しっぱいする　Ⅲ	失敗する	ล้มเหลว, ผิดพลาด
わかれる　Ⅱ	別れる	จากกัน, แยกจาก, เลิกกัน (คน ＋ と)
かんせいする　Ⅲ	完成する	ทำให้เสร็จสมบูรณ์
おもいだす　Ⅰ	思い出す	นึกออก, ระลึกถึง
たのしみに　する　Ⅲ	楽しみに　する	ตั้งหน้าตั้งตารอ
だいすき［な］	大好き［な］	ชอบมาก
—かい	—回	...ครั้ง
なんかい	何回	กี่ครั้ง
どの		...ไหน (ใช้กับสิ่งของจำนวนตั้งแต่ 3 สิ่งขึ้นไป)

18

ぜひ	...ให้ได้ (ตามความตั้งใจ)
やっと	ในที่สุด
えっ	เอ๊ะ
～ あとで	หลังจาก...
いつが いいですか。	สะดวกเมื่อไร
いつでも いいです。	เมื่อไรก็ได้

18

たけい	た形	รูป た

ไวยากรณ์

รูป た
บทสนทนารูปธรรมดา 4

1. คำกริยารูป た

รูป た ใช้ร่วมกับวลีต่าง ๆ เพื่อสร้างความหมายที่แตกต่างกันไป วิธีผันคำกริยาเป็นรูป た (V た) เหมือนกับการผันเป็นรูป て โดยสามารถนำ た มาแทนที่ て ในรูป て ได้เลย

	V dic.	V て	V た			V dic.	V て	V た	
I	かう	かって	かった	て→た	II	たべる	たべて	たべた	て→た
	かく	かいて	かいた			みる	みて	みた	
	かす	かして	かした		III	くる	きて	きた	
	よむ	よんで	よんだ			する	して	した	

2. わたしは 北海道(ほっかいどう)へ 行(い)った ことが あります。 **ฉันเคยไปฮอกไกโด**

● V た ことが あります

รูปประโยคนี้ใช้อธิบายประสบการณ์ในอดีตของบุคคล โดยแสดงรายละเอียดของประสบการณ์นั้น ๆ ผ่านรูป V た＋こと แต่จะไม่ใช้รูปนี้บรรยายการกระทำหรือเหตุการณ์ในอดีต

わたしは 昨日(きのう) カメラを 買(か)いました。　ฉันซื้อกล้องถ่ายรูปมาเมื่อวาน

3. わたしは テレビを 見(み)たり、本(ほん)を 読(よ)んだり します。

ฉันดูโทรทัศน์บ้าง อ่านหนังสือบ้าง

● V1 たり、V2 たり します

รูปประโยคนี้ใช้ยกตัวอย่างการกระทำบางอย่างจากการกระทำหลาย ๆ อย่าง คำกริยาที่ปรากฏท้ายประโยค (します) เป็นตัวระบุกาลของประโยค

4. わたしは 泳(およ)いだ あとで、30 分(ぷん) 寝(ね)ました。
わたしは ジョギングの あとで、30 分(ぷん) 寝(ね)ました。

หลังจากว่ายน้ำ ฉันนอนพัก 30 นาที
หลังจากวิ่งจ็อกกิ้ง ฉันนอนพัก 30 นาที

● [V1 た / N の] あとで、V2

รูปประโยคนี้แสดงว่า หลังจากทำ V1 หรือ N ก็ทำ V2 ต่อ โดยคำกริยาที่ปรากฏท้ายประโยคเป็นตัวระบุกาลของประโยค

ระวังว่า V たあとで จะเน้นว่าสิ่งไหนเกิดขึ้นก่อน สิ่งไหนเกิดขึ้นทีหลัง ในขณะที่ V てから จะเน้นลำดับของการกระทำที่เกิดต่อเนื่องกัน ⇒ บทที่ 17-**4**

---

① 何回も 行った ことが あります。　เคยไปมาหลายครั้งแล้ว
なん + ลักษณนาม + も บอกเป็นนัยว่า ผู้พูดรู้สึกว่าจำนวนนั้นเป็นจำนวนที่มาก
なんかいも แปลว่า "หลายครั้ง"

　　　　何時間も 勉強しました。　เรียนหนังสือมาตั้งหลายชั่วโมงแล้ว

A：何時に うちへ 帰った？　กลับบ้านตอนกี่โมง
B：6時に 帰った。　กลับตอน 6 โมง
รูป た คือ รูปอดีต และเป็นรูปธรรมดาของ V ました

いつでも いいです。　เมื่อไรก็ได้
คำแสดงคำถาม いつ／なん／どこ／だれ／どちら＋でも แปลว่า เมื่อไรก็ได้/อะไรก็ได้/ที่ไหนก็ได้/ใครก็ได้/อันไหนก็ได้
いつでも いいです。　เมื่อไรก็ได้
何でも いいです。　อะไรก็ได้
どこでも いいです。　ที่ไหนก็ได้
だれでも いいです。　ใครก็ได้
どちらでも いいです。　อันไหนก็ได้

คำช่วย を ชี้สถานที่ที่บุคคลหนึ่งออกมา ในขณะที่คำช่วย に ชี้สถานที่ที่บุคคลหนึ่งเข้าไป

電車を 降ります。　ลงรถไฟ　　部屋を 出ます。　ออกจากห้อง
電車に 乗ります。　ขึ้นรถไฟ　　部屋に 入ります。　เข้าไปในห้อง

คำศัพท์และข้อมูลทางวัฒนธรรม

都道府県(とどうふけん) จังหวัดต่าง ๆ ของญี่ปุ่น

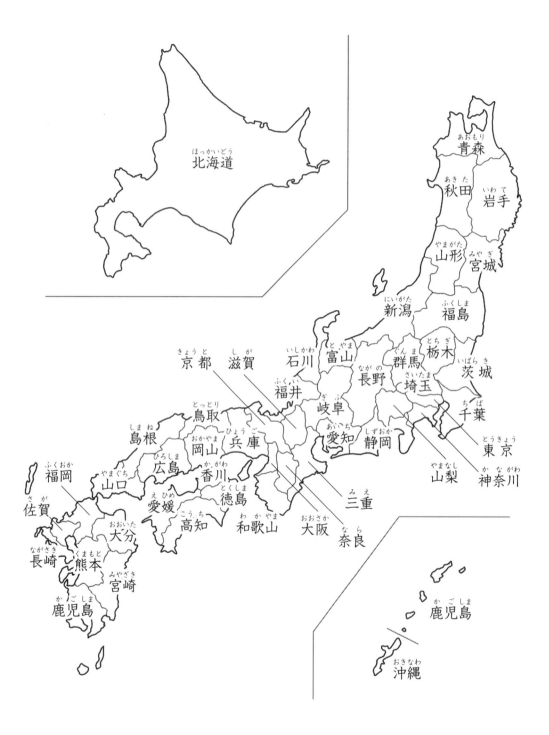

まとめ 3

คำศัพท์

ピザ		พิซซ่า
せんもんがっこう	専門学校	โรงเรียนสอนวิชาชีพ
カップ		ถ้วยชนิดมีหู
コーヒーカップ		ถ้วยกาแฟ
フリーマーケット		ตลาดนัดขายของมือสอง
あなた		คุณ
みつける　Ⅱ	見つける	หาเจอ, หาจนพบ
ほんとうに	本当に	จริง ๆ, อย่างแท้จริง

19 คิดว่าสถานีรถไฟสว่างและสะอาด

บทสนทนา

หลิน : คุณมารี คุณคิดอย่างไรเกี่ยวกับรถไฟในโตเกียวครับ

สมิท : อืม คิดว่าสะดวกสบายดี แต่ช่วงชั่วโมงเร่งด่วนค่อนข้างลำบากเพราะคนแน่นมากค่ะ

หลิน : จริงด้วยครับ

สมิท : ยิ่งกว่านั้น เสียงประกาศในรถไฟและเสียงกริ่งในสถานีรถไฟก็ดังหนวกหู

หลิน : เหรอครับ คุณคิมคิดว่าอย่างไรครับ

คิม : คุณมารีบอกว่าหนวกหู แต่ฉันว่ามันช่วยเราได้มาก อีกทั้งฉันคิดว่าสถานีรถไฟสว่างและสะอาดค่ะ

คำศัพท์

19

ちきゅう	地球	โลก
じんこう	人口	ประชากร
つき	月	ดวงจันทร์
しゅるい	種類	ชนิด, ประเภท
(お)いしゃ(さん)	(お)医者(さん)	หมอ, แพทย์
かぜ	風邪	(เป็น) หวัด
インフルエンザ		ไข้หวัดใหญ่
くすり	薬	ยา
ようじ	用事	ธุระ
ぼうねんかい	忘年会	งานเลี้ยงส่งท้ายปีเก่า
ミーティング		การประชุม
そうべつかい	送別会	งานเลี้ยงส่ง
こくさいけっこん	国際結婚	การแต่งงานกับชาวต่างชาติ
しゅうかん	習慣	ขนบธรรมเนียม, ประเพณี
りゅうがく	留学	การศึกษาต่อต่างประเทศ
はれ	晴れ	อากาศแจ่มใส
くもり＊	曇り	ท้องฟ้ามืดครึ้ม
もり	森	ป่า
かわ	川	แม่น้ำ
みなと	港	ท่าเรือ
きもち	気持ち	อารมณ์, ความรู้สึก
ラッシュアワー		ช่วงเวลาเร่งด่วน
ベル		กระดิ่ง, กริ่ง, ออด, ระฆัง
むかし	昔	สมัยก่อน
そう		อย่างนั้น, เช่นนั้น
おもう Ⅰ	思う	คิด
ふえる Ⅱ	増える	เพิ่มขึ้น
へる＊ Ⅰ	減る	ลดลง
なくなる Ⅰ		หาย, สูญหาย
なおる Ⅰ	治る	หาย (จากอาการเจ็บป่วย)

137

19

のむ[くすりを～]　Ⅰ	飲む[薬を～]	กิน [ยา]
でる　Ⅱ	出る	เข้าร่วม (กิจกรรม, งาน, การประชุม ＋に)
ちがう　Ⅰ	違う	แตกต่าง
あるく　Ⅰ	歩く	เดิน
みえる　Ⅱ	見える	มองเห็น
つかれる　Ⅱ	疲れる	เหนื่อย
きびしい	厳しい	เข้มงวด, เคร่งครัด
ひつよう[な]	必要[な]	สำคัญ, จำเป็น
これから		จากนี้ไป
ちょっと		นิดหน่อย, เล็กน้อย
それに		นอกจากนี้, ยิ่งไปกว่านั้น
さあ		เอาละ
～に　ついて		เกี่ยวกับ...
そうですね。		จริงด้วย, นั่นสินะ
おだいじに。	お大事に。	โปรดรักษาสุขภาพด้วย, ขอให้หายป่วยโดยเร็ว
こんで　います	込んで　います	แน่น, หนาแน่น

ていねいけい	丁寧形	รูปสุภาพ
ふつうけい	普通形	รูปธรรมดา

ไวยากรณ์

19

รูปธรรมดา
บทสนทนารูปธรรมดา 5

1. | รูปธรรมดา |

1) ภาษาญี่ปุ่นมีรูปแบบการสนทนาอยู่ 2 แบบ คือ แบบสุภาพและแบบทั่วไป แบบสุภาพจะ
ลงท้ายประโยคด้วยคำกริยารูปสุภาพ ส่วนแบบทั่วไปจะลงท้ายประโยคด้วยคำกริยารูป
ธรรมดา ⇒ บทที่ 14 👥👥
รูปธรรมดาจะใช้ในรายงานทางวิชาการ บทความข่าว ฯลฯ รวมถึงการสนทนาที่ไม่เป็น
ทางการ

2) คำกริยารูปธรรมดาที่ใช้ร่วมกับวลีอื่น ๆ จะใช้ทั้งในบทสนทนาแบบสุภาพและแบบทั่วไป
คำกริยารูปธรรมดาประกอบด้วยรูปพจนานุกรม (รูปธรรมดาของ Vます) รูป ない (V
ません) และรูป た (Vました) ซึ่งคำคุณศัพท์และคำนามก็มีรูปธรรมดาด้วยเช่นกัน
โดยในบทนี้จะแนะนำคำกริยารูปธรรมดาของคำกริยารูปปฏิเสธที่เป็นอดีต (เท่ากับ Vま
せんでした) คำนาม และคำคุณศัพท์

3) วิธีผันรูปธรรมดา
คำกริยารูปปฏิเสธที่เป็นอดีต ให้นำ なかった มาแทนที่ ない

よま**ない** → よま**なかった**
たべ**ない** → たべ**なかった**
こ**ない** → こ**なかった**

วิธีผันคำคุณศัพท์ い เป็นรูปธรรมดา คือ ตัด です ทิ้ง

บอกเล่าที่ไม่ใช่อดีต	おおき**いです**	→	おおき**い**
บอกเล่าที่เป็นอดีต	おおき**かったです**	→	おおき**かった**
ปฏิเสธที่ไม่ใช่อดีต	おおき**くないです**	→	おおき**くない**
ปฏิเสธที่เป็นอดีต	おおき**くなかったです**	→	おおき**くなかった**

วิธีผันคำคุณศัพท์ な และคำนามเป็นรูปธรรมดามีดังนี้

บอกเล่าที่ไม่ใช่อดีต	ひま**です**	→	ひま**だ**
บอกเล่าที่เป็นอดีต	ひま**でした**	→	ひま**だった**
ปฏิเสธที่ไม่ใช่อดีต	ひま**じゃありません**	→	ひま**じゃない**
ปฏิเสธที่เป็นอดีต	ひま**じゃありませんでした**	→	ひま**じゃなかった**

139

2. バスは すぐ 来ると 思います。 คิดว่ารถบัสจะมาเร็วๆนี้

● รูปธรรมดา と 思います

1) とおもいます ใช้แสดงความคิดเห็น ความประทับใจ หรือการคาดเดาของผู้พูด ใช้คำช่วย と ที่แสดงการอ้างอิงชี้รายละเอียดที่ おもいます บรรยาย โดยหน้าคำช่วย と จะเป็นรูปธรรมดา

ระวังว่า การทำให้ประโยคนี้เป็นเชิงปฏิเสธต้องเปลี่ยนส่วนที่อยู่หน้าคำช่วย と เป็นรูปปฏิเสธ

バスは すぐ 来ないと 思います。 คิดว่ารถบัสจะไม่มาเร็วๆนี้

2) ～についてどうおもいますか ใช้ถามความคิดเห็นหรือความประทับใจเกี่ยวกับเรื่องหนึ่งๆของบุคคลหนึ่ง โดยที่ どう จะไม่ตามด้วยคำช่วย と

A：地下鉄に ついて どう 思いますか。　คิดอย่างไรเกี่ยวกับรถไฟใต้ดิน
B：便利だと 思います。　คิดว่าสะดวกดี

3) เมื่อรู้สึกเห็นด้วยกับสิ่งที่อีกฝ่ายพูดจะใช้ そうおもいます

A：漢字の 勉強は 大変ですが、役に 立つと 思います。
คิดว่าการเรียนรู้คันจิยาก แต่ก็มีประโยชน์
B：わたしも そう 思います。　ฉันก็คิดแบบนั้น

3. アランさんは 時間が ないと 言いました。 คุณอแลงบอกว่าไม่มีเวลา

● รูปธรรมดา と 言います

1) といいます ใช้ถ่ายทอดคำพูดของบุคคลหนึ่งโดยอ้อม คำช่วย と ชี้สิ่งที่ いいます ถ่ายทอด โดยหน้าคำช่วย と จะเป็นรูปธรรมดา กาลของสิ่งที่นำมาถ่ายทอดไม่มีผลกับกาลของประโยคหลัก

2) なん ใช้ถามว่าบุคคลหนึ่งพูดว่าอะไร เช่นประโยคต่อไปนี้

A：アランさんは 何と 言いましたか。　คุณอแลงพูดว่าอะไร
B：時間が ないと 言いました。　พูดว่าไม่มีเวลา

140

① 疲れたが、気持ちが よかった。　เหนื่อยแต่ก็รู้สึกดี

ในบทสนทนาแบบทั่วไป ไม่ว่าจะเป็นภาษาพูดหรือภาษาเขียน หน้าคำช่วยเชื่อมประโยคอย่าง が หรือ から จะใช้รูปธรรมดาเสมอ

แบบทั่วไป : 楽しかったから、また 行きたい。
แบบสุภาพ : 楽しかったですから、また 行きたいです。
　　　　　　　เพราะว่าสนุก ก็เลยอยากไปอีก

A : 今日、暇？　วันนี้ว่างไหม
B : うん。　อือ

ในบทสนทนาแบบทั่วไป だ ซึ่งเป็นรูปธรรมดาของ です ที่อยู่ในประโยคที่ภาคแสดงเป็นคำนาม หรือคำคุณศัพท์ な จะถูกละไว้

　　A 　：あした 休み？　พรุ่งนี้หยุดเหรอ
　　B 1 ：うん、休み。　อือ หยุด
　　B 2 ：ううん、休みじゃ ない。　เปล่า ไม่หยุด

森の 中を 歩きます　เดินอยู่ในป่า
คำช่วย を แสดงสถานที่ที่บุคคลหนึ่งเคลื่อนที่เข้าไป ข้ามไป หรือผ่าน

141

19 คำศัพท์และข้อมูลทางวัฒนธรรม

体・病気・けが ร่างกาย การเจ็บป่วย และการบาดเจ็บ

1. 体 ร่างกาย

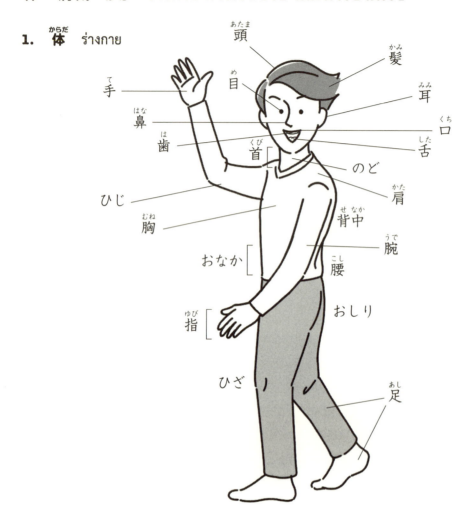

2. 病気・けが การเจ็บป่วยและการบาดเจ็บ

おなかが 痛いです　ปวดท้อง
熱が あります　มีไข้　　　　せきが 出ます　ไอ
寒けが します　รู้สึกหนาวๆ　　吐きけが します　รู้สึกคลื่นไส้ (อยากอาเจียน)
便秘です　ท้องผูก　　　　　　下痢です　ท้องเสีย, ท้องร่วง
やけどしました　น้ำร้อนลวก, ไฟลวก

風邪 (เป็น) หวัด　　インフルエンザ ไข้หวัดใหญ่　　ねんざ เคล็ด
骨折 กระดูกหัก　　花粉症 โรคแพ้เกสรดอกไม้　　アレルギー อาการแพ้

142

20 นี่เป็นเสื้อยืดที่ได้รับมาจากแฟน

บทสนทนา

จอร์แดน : คุณพล เสื้อยืดตัวนี้สวยดีนะครับ
ชาติชาย : ขอบคุณครับ
จอร์แดน : เสื้อยืดตัวใหม่เหรอครับ
ชาติชาย : ก็... ใช่ครับ
จอร์แดน : ผมก็อยากได้เสื้อยืดใหม่เหมือนกัน แต่ไม่มีเวลาไปซื้อ
ชาติชาย : เหรอครับ ผมมักจะซื้อของทางอินเทอร์เน็ต
จอร์แดน : งั้น เสื้อยืดตัวนี้ก็ซื้อทางอินเทอร์เน็ตด้วยใช่ไหมครับ
ชาติชาย : ไม่ใช่ครับ นี่เป็นเสื้อยืดที่ได้รับมาจากแฟน
จอร์แดน : ดีจัง

คำศัพท์

20

ひ	火	ไฟ
ビル		ตึก, อาคาร
きけん	危険	อันตราย
うちゅう	宇宙	อวกาศ
うちゅうステーション	宇宙ステーション	สถานีอวกาศ
ゆめ	夢	ความฝัน
かがくしゃ	科学者	นักวิทยาศาสตร์
じっけん	実験	การทดลอง
バイオぎじゅつ	バイオ技術	เทคโนโลยีชีวภาพ
サンダル		รองเท้าแตะ
ぼうし	帽子	หมวก
スカート		กระโปรง
めがね	眼鏡	แว่นตา
かみ	紙	กระดาษ
はさみ		กรรไกร
Ｔシャツ (ティー)		เสื้อยืด
アンケート		แบบสอบถาม
テーマ		หัวเรื่อง, หัวข้อ
うんどう	運動	การออกกำลังกาย
シート		ชีท, แผ่นกระดาษ
その た	その 他	อื่นๆ
こわす　Ⅰ	壊す	ทำเสีย, ทำพัง
しらせる　Ⅱ	知らせる	แจ้งให้ทราบ
せっけいする　Ⅲ	設計する	ออกแบบ, วางแปลน (โครงสร้าง สิ่งก่อสร้าง ฯลฯ)
うまれる　Ⅱ	生まれる	เกิด, กำเนิด
そだてる　Ⅱ	育てる	เลี้ยงดู
かぶる[ぼうしを～]　Ⅰ	かぶる[帽子を～]	สวม [หมวก]
かける[めがねを～]　Ⅱ	掛ける[眼鏡を～]	ใส่ [แว่น]

する Ⅲ		ผูก (เนกไท), สวมใส่ (เครื่องประดับ)
きめる Ⅱ	決める	ตัดสินใจ
まとめる Ⅱ		รวบรวมให้เป็นหนึ่งเดียว, หาข้อสรุป
—ほん／ぼん／ぽん	—本	...แท่ง, ...เส้น, ...ขวด
		(ลักษณนามของวัตถุยาวเรียว)
なんぼん＊	何本	กี่แท่ง, กี่เส้น, กี่ขวด
ゆうべ		เมื่อคืน
よく		บ่อย ๆ
～だけ		...เท่านั้น
いじょうです。	以上です。	ขอจบเพียงเท่านี้
		(ใช้กล่าวตอนพูดสุนทรพจน์จบ)
まあ。		คำเกริ่นแสดงอารมณ์ ใช้วางหน้า
		ประโยคที่แสดงความจำยอมหรือ
		อนุโลม
いいなあ。		ดีจังเลยนะ
		(ใช้ในประโยคสนทนาแบบกันเอง)
クイズ		การสอบ, การทายปัญหา

カエサル		จูเลียสซีซาร์
むらさきしきぶ	紫式部	มุราซากิ ชิกิบุ
ナポレオン		นโปเลียนโบนาปาร์ต
マリリン・モンロー		มาริลิน มอนโร
ジョン・レノン		จอห์น เลนนอน
チャップリン		ชาร์ลี แชปลิน
クレオパトラ		คลีโอพัตรา

ไวยากรณ์

การขยายคำนาม

1. | การขยายคำนาม |

ส่วนขยายทุกตัวในภาษาญี่ปุ่น ไม่ว่าจะเป็นคำหรือประโยคจะนำหน้าคำนามเสมอ

1) การขยายคำนามด้วยคำนามหรือคำคุณศัพท์

การขยายคำนามที่ได้เรียนไปแล้วมักเป็นกรณีที่คำนามถูกขยายด้วยคำนามอื่นหรือคำคุณศัพท์

日本の 山　ภูเขาของญี่ปุ่น ⇒ บทที่ 1

高い 山　ภูเขาสูง ⇒ บทที่ 7

有名な 山　ภูเขาที่มีชื่อเสียง ⇒ บทที่ 7

2) การขยายคำนามด้วยประโยค

ในบทนี้จะแนะนำการขยายคำนามด้วยประโยค

เมื่อขยายคำนาม ประโยคที่นำมาขยายจะใช้รูปธรรมดา

あした 来る 人　คนที่จะมาพรุ่งนี้

あした 来ない 人　คนที่จะไม่มาพรุ่งนี้

昨日 来た 人　คนที่มาเมื่อวาน

昨日 来なかった 人　คนที่ไม่มาเมื่อวาน

3) คำช่วย が ชี้ประธานของอนุประโยคที่ขยายคำนาม

アンさん<u>は</u> ロボットを 作りました。　คุณอัญสร้างหุ่นยนต์

↓

アンさん<u>が</u> 作った ロボット　หุ่นยนต์ที่คุณอัญสร้าง

2. | これは 掃除を する ロボットです。 |　นี่คือหุ่นยนต์ทำความสะอาด

● คำนามที่ถูกขยายด้วยประโยค

そうじをするロボット ซึ่งเป็นคำนามที่ถูกขยายด้วยประโยคสามารถใช้ในส่วนต่างๆ ของประโยคที่ใหญ่ขึ้นได้

アンさんは 掃除を する ロボットを 作りました。

คุณอัญสร้างหุ่นยนต์ทำความสะอาด

掃除を する ロボットは 便利です。

หุ่นยนต์ทำความสะอาดมีประโยชน์

① カエサルは サンダルを 履いて います。　จูเลียสซีซาร์ใส่รองเท้าแตะ

คำกริยาที่ใช้กับเครื่องแต่งกายในภาษาญี่ปุ่นจะเปลี่ยนไปตามประเภทของเครื่องแต่งกายนั้น ๆ เช่น きます ใช้กับชุดกิโมโน สูท ชุดต่าง ๆ ฯลฯ はきます ใช้กับรองเท้า กางเกง ฯลฯ かぶります ใช้กับหมวก かけます ใช้กับแว่นตา และ します ใช้กับเครื่องประดับ

② 食事は １日に ２回だけでした。　กินอาหารวันละ 2 มื้อเท่านั้น

คำช่วย に ชี้ความถี่ แปลว่า “ต่อ...” “...ละ” หรือ “ทุก ๆ ...”

１週間に １回　1 ครั้งต่อสัปดาห์ (สัปดาห์ละครั้ง)

２か月に １回　1 ครั้งต่อ 2 เดือน (2 เดือนครั้ง)

③ 色も デザインも 大好きです。　ชอบทั้งสีและการออกแบบมาก

N1 も N2 も แปลว่า “ทั้ง N1 และ N2”

Ａ：サンダルを 履いて いる 人は だれですか。　คนที่ใส่รองเท้าแตะคือใคร

Ｂ：カエサルです。　จูเลียสซีซาร์

ปกติ ～さん จะไม่ใช้กล่าวถึงคนมีชื่อเสียง เว้นแต่ว่าผู้พูดรู้จักหรือเกี่ยวข้องเป็นการส่วนตัวกับบุคคลที่กล่าวถึง

คำศัพท์และข้อมูลทางวัฒนธรรม

色・柄・素材　สี ลวดลาย และวัสดุ

1. 色　สี

白 ขาว	青 น้ำเงิน, ฟ้า	黒 ดำ	黄色 เหลือง	赤 แดง
茶色 น้ำตาล	緑 เขียว	紺 กรมท่า	ピンク ชมพู	
紫 ม่วง	オレンジ ส้ม	ベージュ เบจ	グレー เทา	

2. 柄　ลวดลาย

| 無地 | 水玉 | チェック | ストライプ | 花柄 |
| พื้นเรียบ, ไม่มีลวดลาย | ลายจุด | ลายตาราง | ลายทาง | ลายดอก |

3. 素材　วัสดุ

| 綿／コットン | 毛／ウール | 絹／シルク | ポリエステル | 革 |
| ผ้าฝ้าย | ผ้าที่ทอจากขนสัตว์ | ผ้าไหม | ผ้าโพลีเอสเตอร์ | หนัง |

21 ถ้าฝนตก จะยกเลิกทัวร์

บทสนทนา

คิม : ขอโทษนะคะ สมัครทัวร์เดินเขาที่นี่ใช่ไหมคะ
ทานากะ : ใช่ครับ กรุณากรอกใบสมัครนี่ครับ
คิม : ค่ะ
ทานากะ : ถ้าเขียนเสร็จแล้ว ขอให้ใส่ไว้ในกล่องใบนี้ครับ
คิม : ค่ะ เอ่อ ถึงฝนตกก็จะจัดทัวร์ใช่ไหมคะ
ทานากะ : ไม่ครับ ถ้าฝนตก จะยกเลิกทัวร์ครับ
ถ้ากังวล ตอนเช้าขอให้โทรศัพท์มาที่นี่ครับ
คิม : เข้าใจแล้วค่ะ
ทานากะ : ขอให้มาถึงโรงเรียนภายใน 8 โมงเช้านะครับ

คำศัพท์

21

ゆき	雪	หิมะ
ざんぎょう	残業	งานล่วงเวลา
びょうき	病気	การเจ็บป่วย, โรคภัยไข้เจ็บ
みち	道	ถนน
キャッシュカード		บัตรกดเงินสด
こうつう	交通	การจราจร
じこ	事故	อุบัติเหตุ
こうつうじこ	交通事故	อุบัติเหตุบนท้องถนน
じしん	地震	แผ่นดินไหว
たいふう＊	台風	ไต้ฝุ่น
けいさつ	警察	ตำรวจ
エンジン		เครื่องยนต์
ちょうし	調子	สภาพการทำงานของร่างกายหรือเครื่องจักร
じゅけんひょう	受験票	บัตรประจำตัวผู้เข้าสอบ
あさねぼう	朝寝坊	การนอนตื่นสาย
ラブレター		จดหมายรัก
せいせき	成績	ผลการเรียน, ผลการศึกษา
おしゃべり		การพูดคุย
ず	図	แผนภาพ
いえ	家	บ้าน
ちから	力	พละกำลัง, อำนาจ
とし	年	อายุ, ปี
へび	蛇	งู
おや	親	พ่อแม่
ふつう	普通	ปกติ, ทั่วไป
ツアー		ทัวร์
もうしこみ	申し込み	การสมัคร
～しょ	～書	ใบ..., เอกสาร...
もうしこみしょ	申込書	ใบสมัคร
ちゅうし	中止	การยกเลิก, การล้มเลิก
ふる　I	降る	(ฝน) ตก
まよう　I	迷う	ลังเล, งง, หลงทาง (เส้นทาง ＋ に)

21

なくす　I		ทำหาย
あう　I	遭う	ประสบ (อุบัติเหตุ + に)
おきる　II	起きる	ตื่นนอน, เกิดขึ้น
わすれる　II	忘れる	ลืม
ひろう　I	拾う	เก็บขึ้นมา
たりる　II	足りる	เพียงพอ
つく　I	着く	ถึงที่หมาย (สถานที่ + に)
とどく　I	届く	ส่งถึง
さく　I	咲く	(ดอกไม้) บาน
しょうかいする　III	紹介する	แนะนำ
やめる　II		หยุด, เลิก
くみたてる　II	組み立てる	ประกอบเข้าด้วยกัน
ふとる　I	太る	อ้วน
やせる＊　II		ผอม
おとす　I	落とす	ทำตก, ทำหล่น
われる　II	割れる	แตก, ร้าว
よう　I	酔う	เมา
こわれる　II	壊れる	เสีย, พัง
ちゅういする　III	注意する	ระมัดระวัง, ตักเตือน
けんかする　III		ทะเลาะวิวาท
すききらいする　III	好き嫌いする	ชอบและเกลียด, มีสิ่งที่ชอบและสิ่งที่เกลียด
サボる　I		โดดเรียน, โดดงาน
わるい	悪い	ไม่ดี
よわい	弱い	อ่อนแอ
つよい＊	強い	แข็งแกร่ง, เข้มแข็ง
あまい	甘い	หละหลวม, ไม่เข้มงวด, ตามใจ
しあわせ[な]	幸せ[な]	มีความสุข
しんぱい[な]	心配[な]	เป็นห่วง, เป็นกังวล
―にんのり	―人乗り	พาหนะโดยสารได้...คน
～いか	～以下	ตั้งแต่...ลงมา
～いじょう＊	～以上	ตั้งแต่...ขึ้นไป
～までに		ภายใน...

21

ไวยากรณ์

ประโยคเงื่อนไข

1. 雪が たくさん 降ったら、早く うちへ 帰ります。

ถ้าหิมะตกหนักจะรีบกลับบ้าน

● S1 たら、S2

รูปประโยคนี้แสดงเงื่อนไขสมมุติ โดยอนุประโยค S1 たら อธิบายเงื่อนไขที่เป็นการสมมุติ แปลว่า “ถ้า” และประโยค S2 ที่อยู่ข้างหลังอธิบายผลหรือสิ่งที่จะเกิดตามมาหาก S1 เป็นจริง ประโยค S たら สามารถทำได้โดยเติม ら ต่อท้ายรูปธรรมดาที่เป็นอดีตของประโยคที่ภาคแสดงเป็นคำกริยา คำคุณศัพท์ หรือคำนาม

		บอกเล่า	ปฏิเสธ
V	ふる	ふったら	ふらなかったら
いA	たかい	たかかったら	たかくなかったら
なA	ひまだ	ひまだったら	ひまじゃなかったら
N	あめだ	あめだったら	あめじゃなかったら

2. 駅に 着いたら、電話して ください。 **ถ้าถึงสถานีรถไฟแล้ว กรุณาโทรหาด้วย**

● V たら、S

V たら ยังใช้อธิบายบางสิ่งบางอย่างที่จะเกิดขึ้นในอนาคตอย่างแน่นอนได้ด้วย กล่าวคือ ชี้ว่าเมื่อ V เกิดขึ้นแล้ว S ก็จะเกิดขึ้นตามมา ในโครงสร้างประโยคนี้ อนุประโยคแรกที่มี たら แปลว่า “เมื่อ” หรือ “ถ้า”

3. 宿題が あっても、コンサートに 行きます。

แม้ว่ามีการบ้านก็จะไปคอนเสิร์ต

● S1 ても、S2

รูปประโยคนี้แสดงเงื่อนไขที่ขัดแย้งกัน แปลว่า “แม้ว่า...” ใช้เมื่อ S2 ซึ่งเป็นผลที่เกิดขึ้นภายใต้เงื่อนไข S1 ตรงกันข้ามกับที่คาดเอาไว้

สามารถทำเป็นรูป S ても ได้โดยเติม も หลังรูป て

		บอกเล่า	ปฏิเสธ
V	かく ある	かいても あっても	かかなくても なくても
いA	たかい	たかくても	たかくなくても
なA	ひまだ	ひまでも	ひまじゃなくても
N	あめだ	あめでも	あめじゃなくても

① 地震(じしん)が 起(お)きます。 เกิดแผ่นดินไหว

คำช่วย が ในที่นี้ใช้ชี้ปรากฏการณ์ทางธรรมชาติ อุบัติเหตุ ฯลฯ

② 8時(じ)までに 来(き)て ください。 กรุณามาภายใน 8 โมง

คำช่วย までに ใช้ชี้กำหนดเวลาที่บุคคลหนึ่งต้องทำสิ่งใดสิ่งหนึ่ง

③ 学校(がっこう)に 来(き)て ください。 กรุณามาที่โรงเรียน

คำช่วย に ใช้ชี้จุดหมายปลายทางที่สิ่งหนึ่งหรือบุคคลหนึ่งเคลื่อนที่ไป คำช่วยชี้ทิศทาง へ และ に ใช้กับคำกริยาที่แสดงการเคลื่อนที่ เช่น いく, くる และ かえる ได้ทั้งสองคำ

คำศัพท์และข้อมูลทางวัฒนธรรม

日本 の 時代　ยุคสมัยของญี่ปุ่น

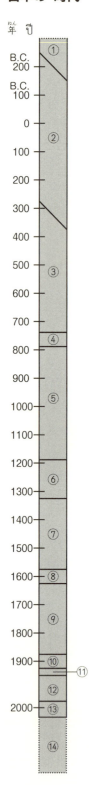

年 ปี

B.C. 200
B.C. 100
0
100
200
300
400
500
600
700
800
900
1000
1100
1200
1300
1400
1500
1600
1700
1800
1900
2000

① 縄文時代
　 สมัยโจมน

② 弥生時代
　 สมัยยาโยอิ

③ 大和時代
　 สมัยยามาโตะ

④ 奈良時代
　 สมัยนาระ

⑤ 平安時代
　 สมัยเฮอัน

⑥ 鎌倉時代
　 สมัยคามากุระ

⑦ 室町時代
　 สมัยมุโรมาจิ

⑧ 安土桃山時代
　 สมัยอัทซึชิ-โมโมยามะ

⑨ 江戸時代　สมัยเอโดะ

⑩ 明治　สมัยเมจิ

⑪ 大正　สมัยไทโช

⑫ 昭和　สมัยโชวะ

⑬ 平成　สมัยเฮเซ

⑭ 令和　สมัยเรวะ

154

๒๒ ช่วยทำอาหารให้

บทสนทนา

เซลกัน : คุณวาตานาเบะ ขอบคุณที่คอยช่วยเหลือผมมาตลอดครับ

วาตานาเบะ : ไม่เลยค่ะ ทางฉันต่างหากที่ต้องขอบคุณ

เซลกัน : ตอนผมป่วย คุณก็ช่วยทำอาหารให้

วาตานาเบะ : อ้อ จริงด้วยค่ะ

เซลกัน : ผมดีใจมากเลย
ขอบคุณมากจริง ๆ ครับ

วาตานาเบะ : คุณเองก็สอนฉันหลาย ๆ เรื่อง ทำให้ฉันรู้จักประเทศตุรกีมากขึ้น
แล้วการฝึกงานจะเริ่มตั้งแต่เมื่อไรคะ

เซลกัน : ตั้งแต่สัปดาห์หน้าครับ

วาตานาเบะ : ถึงจะไปนางาซากิแล้วก็ขอให้พยายามต่อไปนะคะ

เซลกัน : ครับ ถ้ามีโอกาสก็แวะมาเที่ยวที่นางาซากิบ้างนะครับ

วาตานาเบะ : ขอบคุณมากค่ะ ขอให้โชคดีนะคะ

คำศัพท์

にんぎょう	人形	ตุ๊กตา
ハンカチ		ผ้าเช็ดหน้า
けいこうとう	蛍光灯	หลอดไฟฟลูออเรสเซนต์
けが		การบาดเจ็บ
プロジェクター		โปรเจกเตอร์
ひ	日	วัน
とおく	遠く	ไกล
インターンシップ		การฝึกงาน
たのしみ	楽しみ	ความสนุกสนาน, การตั้งหน้าตั้งตารอ
みなさま	皆様	ทุกท่าน (คำสุภาพของ みなさん)
こと		เรื่อง, สิ่ง, การ
きかい	機会	โอกาส
こちら		ตรงนี้, ทางนี้ (คำสุภาพของ ここ)
そちら＊		ตรงนั้น, ทางนั้น (คำสุภาพของ そこ)
あちら＊		ตรงโน้น, ทางโน้น (คำสุภาพของ あそこ)
くれる　II		ให้ (ฉัน)
つれて いく　I	連れて 行く	พา (คน) ไป
つれて くる＊　III	連れて 来る	พา (คน) มา
みる　II	見る	ดู, มอง, ตรวจสอบ
なおす　I	直す	แก้ไข, ซ่อมแซม
とりかえる　II	取り替える	เปลี่ยน, สับเปลี่ยน, แทนที่
ごうかくする　III	合格する	ผ่าน (การสอบ ＋ に)
わたす　I	渡す	ข้าม, ยื่นให้, ส่งมอบ
つける　II		เปิด (ไฟ)
くばる　I	配る	แจก, แจกจ่าย
うれしい		ดีใจ

この あいだ	この 間	เมื่อวันก่อน, เมื่อเร็วๆนี้
〜けん	〜県	จังหวัด...
〜と	〜都	มหานคร...
〜し	〜市	เมือง...
〜く	〜区	เขต...
〜さま	〜様	คุณ..., ท่าน... (คำสุภาพของ 〜さん)
ごめん。		ขอโทษ (ภาษากันเอง มีความหมาย เทียบเท่า すみません)
おせわに なりました。	お世話に なりました。	ขอบคุณที่ดูแลเป็นอย่างดีมาตลอด, ขอบคุณที่คอยช่วยเหลือมาตลอด
いいえ、こちらこそ。		ไม่เลย ทางผม/ดิฉันต่างหากที่ ต้องขอบคุณ
おげんきで。	お元気で。	ขอให้โชคดี
おげんきですか。	お元気ですか。	สบายดีไหมครับ/คะ
そうでしたね。		ใช่แล้ว, จริงด้วย

トルコ		ตุรกี
ぶんきょうく	文京区	เขตบุงเคียว
こいしかわ	小石川	โคอิชิกาวะ
ながさき(けん)	長崎(県)	(จังหวัด) นางาซากิ
うえだし	上田市	เมืองอุเอดะ
うえだ	上田	อุเอดะ

ไวยากรณ์

ประโยคที่ภาคแสดงเป็นคำกริยา 5 : คำกริยาให้และรับ

1. 渡辺さんは わたしに 本を くれました。　คุณวาตานาเบะให้หนังสือฉัน

   ● N1(บุคคล)に N2(บางสิ่งบางอย่าง)を くれる

   くれる ใช้เมื่อผู้รับคือผู้พูดหรือผู้ที่ใกล้ชิดกับผู้พูด เช่น คนในครอบครัว เท่านั้น แปลว่า "ให้...(ฉันหรือคนที่ใกล้ชิดกับฉัน)" ในขณะที่ あげる ใช้เมื่อผู้รับไม่ใช่ผู้พูดหรือผู้ที่ใกล้ชิดกับผู้พูด แปลว่า "ให้... (เขา/เธอ)" ดังนั้น わたなべさんはわたしにほんをあげました จึงเป็นประโยคที่ผิด

   渡辺さんは わたしに 本を くれました。
   คุณวาตานาเบะให้หนังสือฉัน
   渡辺さんは 妹に 本を くれました。
   คุณวาตานาเบะให้หนังสือน้องสาวของฉัน
   渡辺さんは リンさんに 本を あげました。
   คุณวาตานาเบะให้หนังสือคุณหลิน

2. 渡辺さんは わたしに 日本の 歌を 教えて くれました。

   คุณวาตานาเบะสอนเพลงญี่ปุ่นให้ฉัน

   ● Vて くれる

   くれる ที่ใช้กับคำกริยารูป て ในประโยคนี้หมายความว่า "ใครบางคนทำบางสิ่งบางอย่างให้ผู้พูด" ซึ่งแฝงความรู้สึกขอบคุณของผู้รับการกระทำ โดยผู้รับการกระทำต้องเป็นผู้พูดหรือผู้ที่ใกล้ชิดกับผู้พูด เช่นเดียวกับประโยคที่มี くれる เป็นคำกริยาหลัก ส่วนประธานของประโยคคือผู้ที่ทำบางสิ่งบางอย่างให้

   ① 渡辺さんは わたしに 日本の 歌を 教えました。

   คุณวาตานาเบะสอนเพลงญี่ปุ่นฉัน
   ② 渡辺さんは わたしに 日本の 歌を 教えて くれました。

   คุณวาตานาเบะสอนเพลงญี่ปุ่นให้ฉัน

   ประโยค ① สื่อเพียงว่า คุณวาตานาเบะสอนเพลง แต่ประโยค ② จะแสดงความรู้สึกขอบคุณที่คุณวาตานาเบะสอนของผู้พูดด้วย ดังนั้น เมื่อใช้คำกริยาให้และรับกับรูป て จะหมายความว่า ผู้พูดทำอะไรให้ใครหรือได้รับความกรุณาจากใคร

3. わたしは 渡辺さんに 日本の 歌を 教えて もらいました。

คุณวาตานาเบะสอนเพลงญี่ปุ่นให้ฉัน

● V て もらう

รูปประโยคนี้แสดงว่า ผู้พูดคือผู้ที่ได้รับความกรุณาหรือความปรารถนาดี และแฝงความรู้สึก
ขอบคุณด้วย ประธานของประโยคคือผู้รับการกระทำ

わたしは 渡辺さんに 日本の 歌を 歌って もらいました。

คุณวาตานาเบะร้องเพลงญี่ปุ่นให้ฉัน

ประโยคนี้มีนัยว่า "ฉันรู้สึกขอบคุณที่คุณวาตานาเบะร้องเพลงให้"

4. わたしは 渡辺さんに わたしの 国の 歌を 教えて あげました。

ฉันสอนเพลงของประเทศฉันให้คุณวาตานาเบะ

● V て あげる

รูปประโยคนี้แสดงว่า ผู้พูดทำบางสิ่งบางอย่างให้แก่ผู้ที่ไม่ได้ใกล้ชิดกับผู้พูด ประธานของประโยค
คือผู้ทำการกระทำ

わたしは 渡辺さんに わたしの 国の 歌を 歌って あげました。

ฉันร้องเพลงของประเทศฉันให้คุณวาตานาเบะ

ระวังว่า เมื่อผู้พูดพูดถึงสิ่งที่ตนเองกระทำหรือได้กระทำแล้วกับผู้ที่อาวุโสกว่าโดยตรง ควร
หลีกเลี่ยงการใช้ V て あげる เพราะบางครั้งสำนวนนี้จะให้ความรู้สึกก้าวร้าว

⋯⋯⋯⋯⋯⋯⋯⋯⋯⋯⋯⋯⋯⋯⋯⋯⋯⋯⋯⋯⋯⋯⋯⋯⋯⋯⋯⋯⋯⋯⋯⋯⋯⋯⋯⋯

① A：だれが 浴衣を 貸して くれましたか。　ใครให้ (คุณ) ยืมชุดยูกาตะ
　 B：渡辺さんが 貸して くれました。　คุณวาตานาเบะให้ยืม
หลังคำแสดงคำถาม เช่น だれ, どこ, なに, いつ ฯลฯ จะใช้คำช่วย が แทน は รวมถึงใน
ประโยคคำตอบด้วย

② トルコ語を 教えて くれて、ありがとう。　ขอบคุณที่ช่วยสอนภาษาตุรกีให้
V てくれて、ありがとう แสดงความรู้สึกขอบคุณของผู้พูดเมื่อได้รับการทำบางสิ่งบางอย่าง
จากผู้ฟัง แปลว่า "ขอบคุณที่...ให้" และจะใช้ V てくださって、ありがとうございま
す กับผู้ที่อาวุโสกว่า

คำศัพท์และข้อมูลทางวัฒนธรรม

年賀状（ねんがじょう） ไปรษณียบัตรอวยพรปีใหม่

1. 十二支（じゅうにし） 12 นักษัตร

ねずみ　うし　とら　うさぎ　たつ　へび

うま　ひつじ　さる　とり　いぬ　いのしし

2. 年賀状（ねんがじょう）を書（か）きましょう เขียนไปรษณียบัตรอวยพรปีใหม่กันเถอะ

相手（あいて）の 名前（なまえ）　ชื่อผู้รับ

相手（あいて）の 郵便番号（ゆうびんばんごう）　รหัสไปรษณีย์ผู้รับ

相手（あいて）の 住所（じゅうしょ）　ที่อยู่ผู้รับ

สวัสดีปีใหม่

ปีนี้ก็ต้องขอฝากเนื้อฝากตัวด้วยครับ/ค่ะ

様（さま）　คุณ... (วางไว้ท้ายชื่อผู้รับ)

自分（じぶん）の 住所（じゅうしょ）と 名前（なまえ）と 郵便番号（ゆうびんばんごう）　ชื่อ ที่อยู่ และรหัสไปรษณีย์ของตนเอง

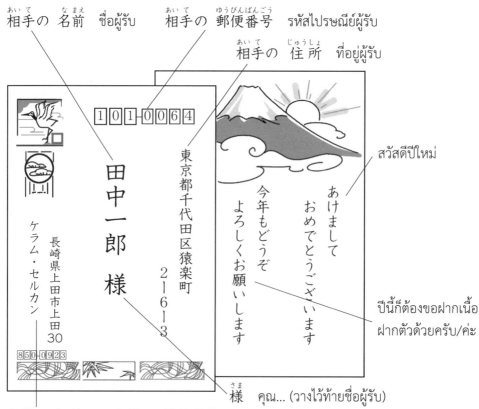

まとめ4

คำศัพท์

ぼく	僕	ผม (ภาษากันเอง ผู้ชายใช้ ความหมาย เทียบเท่า わたし)
けしゴム	消しゴム	ยางลบ
ドア		ประตู
しょうがっこう	小学校	โรงเรียนประถมศึกษา
みんな		ทุกคน
こえ	声	เสียง
ぶん	文	ประโยค
おどろく　Ⅰ	驚く	ตกใจ, ประหลาดใจ
さびしい	寂しい	เหงา, เปล่าเปลี่ยว
ある ～		...หนึ่ง, บาง...
おなじ ～	同じ ～	...เดียวกัน
～くん	～君	คุณ... (ภาษากันเอง ใช้กับเด็กผู้ชาย ผู้ชายที่อายุน้อยกว่า หรือคนสนิท มีความหมายเทียบเท่า さん)
おめでとう。		ขอแสดงความยินดีด้วย
いしだ	石田	อิชิดะ
ゆうた	勇太	ยูตะ

巻末

คำศัพท์

―ぶんの ―	―分の ―	เศษ...ส่วน...
おく	億	100 ล้าน
―てん―	―点―	...จุด...
かず	数	จำนวน
じこく	時刻	เวลา
ようび	曜日	วันในรอบสัปดาห์
おととし		2 ปีที่แล้ว
さらいねん	再来年	อีก 2 ปี
カレンダー		ปฏิทิน
―ねんはん	―年半	...ปีครึ่ง
かぞえかた	数え方	วิธีนับ
よびかた	呼び方	วิธีเรียก
やまだ	山田	ยามาดะ
かたち	形	รูปคำ
チャート		แผนภาพ

執筆者

山﨑佳子　　元東京大学大学院工学系研究科

石井怜子

佐々木薫

高橋美和子

町田恵子　　元公益財団法人アジア学生文化協会日本語コース

翻訳

TPA Press, Technology Promotion Association (Thailand-Japan)

本文イラスト

内山洋見

カバーイラスト

宮嶋ひろし

装丁・本文デザイン

山田武

日本語初級 1 大地
文型説明と翻訳　タイ語版

2025 年 3 月 21 日　初版第 1 刷発行

著　者　　山﨑佳子　石井怜子　佐々木薫　高橋美和子　町田恵子
発行者　　藤嵜政子
発　行　　株式会社　スリーエーネットワーク
　　　　　〒102-0083　東京都千代田区麹町3丁目4番
　　　　　　　　　　　トラスティ麹町ビル2F
　　　　　電話　営業　03（5275）2722
　　　　　　　　編集　03（5275）2725
　　　　　https://www.3anet.co.jp/
印　刷　　株式会社シナノ

ISBN978-4-88319-954-9　C0081
落丁・乱丁本はお取替えいたします。
本書の全部または一部を無断で複写複製（コピー）することは著作
権法上での例外を除き、禁じられています。

日本語学校や大学で日本語を学ぶ外国人のための日本語総合教材

■ 初級1

日本語初級1大地　メインテキスト
山﨑佳子・石井怜子・佐々木薫・高橋美和子・町田恵子●著
B5判　195頁+別冊解答46頁　CD1枚付　3,080円（税込）〔978-4-88319-476-6〕

日本語初級1大地　文型説明と翻訳
〈英語版〉〈中国語版〉〈韓国語版〉〈ベトナム語版〉
山﨑佳子・石井怜子・佐々木薫・高橋美和子・町田恵子●著　B5判　162頁　2,200円（税込）
英語版〔978-4-88319-477-3〕　中国語版〔978-4-88319-503-9〕
韓国語版〔978-4-88319-504-6〕　ベトナム語版〔978-4-88319-749-1〕

日本語初級1大地　基礎問題集
土井みつる●著　B5判　60頁+別冊解答12頁　990円（税込）〔978-4-88319-495-7〕

文法まとめリスニング 初級1―日本語初級1 大地準拠―
佐々木薫・西川悦子・大谷みどり●著
B5判　53頁+別冊解答42頁　CD2枚付　2,420円（税込）〔978-4-88319-754-5〕

ことばでおぼえる やさしい漢字ワーク 初級1―日本語初級1 大地準拠―
中村かおり・伊藤江美・梅津聖子・星野智子・森泉朋子●著
B5判　135頁+別冊解答7頁　1,320円（税込）〔978-4-88319-779-8〕

新装版　日本語初級1大地　教師用ガイド「教え方」と「文型説明」
山﨑佳子・佐々木薫・高橋美和子・町田恵子●著
B5判　183頁　2,530円（税込）〔978-4-88319-958-7〕

■ 初級2

日本語初級2大地　メインテキスト
山﨑佳子・石井怜子・佐々木薫・高橋美和子・町田恵子●著
B5判　187頁+別冊解答44頁　CD1枚付　3,080円（税込）〔978-4-88319-507-7〕

日本語初級2大地　文型説明と翻訳
〈英語版〉〈中国語版〉〈韓国語版〉〈ベトナム語版〉
山﨑佳子・石井怜子・佐々木薫・高橋美和子・町田恵子●著　B5判　156頁　2,200円（税込）
英語版〔978-4-88319-521-3〕　中国語版〔978-4-88319-530-5〕
韓国語版〔978-4-88319-531-2〕　ベトナム語版〔978-4-88319-759-0〕

日本語初級2大地　基礎問題集
土井みつる●著　B5判　56頁+別冊解答11頁　990円（税込）〔978-4-88319-524-4〕

文法まとめリスニング 初級2―日本語初級2 大地準拠―
佐々木薫・西川悦子・大谷みどり●著
B5判　48頁+別冊解答50頁　CD2枚付　2,420円（税込）〔978-4-88319-773-6〕

ことばでおぼえる やさしい漢字ワーク 初級2―日本語初級2 大地準拠―
中村かおり・伊藤江美・梅津聖子・星野智子・森泉朋子●著
B5判　120頁+別冊解答7頁　1,320円（税込）〔978-4-88319-782-8〕

新装版　日本語初級2大地　教師用ガイド「教え方」と「文型説明」
山﨑佳子・佐々木薫・高橋美和子・町田恵子●著
B5判　160頁　2,530円（税込）〔978-4-88319-959-4〕

日本語学習教材の
スリーエーネットワーク

https://www.3anet.co.jp/
ウェブサイトで新刊や日本語セミナーを紹介しております
営業　TEL:03-5275-2722　　FAX:03-5275-2729